புவியினைப் புரிந்துகொள்!
(சுற்றுச்சூழல் விழிப்புணர்வு கட்டுரைகள் தொகுப்பு)

முனைவர் பா. ராம்மனோகர்

நியூ செஞ்சுரி புக் ஹவுஸ் (பி) லிட்.,
41-பி, சிட்கோ இண்டஸ்டிரியல் எஸ்டேட்,
அம்பத்தூர், சென்னை- 600 050.
☎ : 044 - 26251968, 26258410, 48601884

Language : Tamil
Puviyinai Purinthukol
Author: **Prof. P. Rammanogar**
First Edition: December, 2018
Second Edition : December, 2020
Copyright: Publisher
No. of Pages: 124
Publisher:
New Century Book House Pvt. Ltd.,
41-B, SIDCO Industrial Estate,
Ambattur, Chennai - 600 050.
Tamilnadu State, India.
email: info@ncbh.in
Online: www.ncbhpublisher.in

ISBN: 978 - 93 - 8805 - 066 - 1
Code No. A 4021
₹ 125/-

Branches
Ambattur (H.O.) 044 - 26359906, **Spenzer Plaza (Chennai)** 044-28490027
Trichy 0431-2700885 **Pudukkottai** 04322- 227773 **Tanjore** 04362-231371
Tirunelveli 0462-4210990, 2323990, **Madurai** 0452-2344106, 4374106
Dindigul 0451-2432172 **Coimbatore** 0422-2380554 **Erode** 0424-2256667
Salem 0427-2450817 **Hosur** 04344-245726 **Krishnagiri** 04343-234387
Ooty 0423-2441743 **Vellore** 0416-2234495 **Villupuram** 04146-227800
Pondicherry 0413-2280101 **Nagercoil** 04652-234990

புவியினைப் புரிந்துகொள்!
(சுற்றுச்சூழல் விழிப்புணர்வு கட்டுரைகள் தொகுப்பு)
ஆசிரியர்: முனைவர் பா. ராம்மனோகர்
முதல் பதிப்பு: டிசம்பர், 2018
இரண்டாம் பதிப்பு: டிசம்பர், 2020

அச்சிட்டோர்: **பாவை பிரிண்டர்ஸ் (பி) லிட்.,**
16 (142), ஜானி ஜான் கான் சாலை, இராயப்பேட்டை, சென்னை - 14
☎: 044-28482441

All rights reserved. No part of this book may be reprinted or reproduced or utilised in any form or by any electronic, mechanical, or other means, now known or hereafter invented, including photocopying and recording, or in any information storage or retrieval system, without permission in writing from the publishers.

என்னுரை

2018ஆம் ஆண்டு நோபல் பரிசு பெற்ற பொருளாதார விஞ்ஞானிகள் வில்லியம் நார்தாஸ், பால்ரோமர் ஆகியோர் "புவிவெப்பமடைதல் சர்வதேச அளவில் பெரும்சவாலாக உருவெடுத்துள்ளது, இதற்குக் காரணமான கரியமிலவாயு போன்ற காரணிகளைக் கட்டுப்படுத்த வேண்டும், மாசுபடுதல் காரணமாக, நிலம், நீர், காற்று ஆகியவற்றில் ஏற்படும் இழப்புகளை பல நாடுகள் மொத்த உற்பத்தி மதிப்பீட்டில் (GDP) எடுத்துக்கொள்வதில்லை. எனவே இயற்கைப் பாதுகாப்பில் அக்கறை கொள்ள வேண்டிய அவசர அவசியம் மனித குலத்திற்கு ஏற்பட்டுள்ளது" என்கின்றனர். இந்நிலையில், எனது "புவியினைப் புரிந்துகொள்" கட்டுரை தொகுப்பு பல்வேறு அறிவியல் இதழ்களில் (அறிவுக்கண், காடு, அறிக அறிவியல்) வெளிவந்த கட்டுரைகளாகும். இவற்றில் பொதிந்துள்ள தகவல்கள் இயற்கை, சுற்றுச்சூழல், வனவிலங்கு அறிவியல் ஆர்வலர்கள் மட்டுமல்லாமல், பள்ளி, கல்லூரி ஆசிரியர்கள், மாணவர்களுக்குப் பெரிதும் உதவும் என்பதில் ஐயமில்லை.

சிறப்பாக நூலை வடிவமைத்த நியூ செஞ்சுரி புக் ஹவுஸ் நிறுவனத்தாருக்கு மனமார்ந்த நன்றிகள்.

முனைவர் பா. ராம்மனோகர்

5

பொருளடக்கம்

1. இயற்கையின் வாசலில் எனது அறிமுகம்! 7
2. விழிப்புணர்வு செயல்பாடுகள் விழலுக்கிறைத்த நீரா? 14
3. புவியினைப் புரிந்துகொள்! 19
4. சுற்றுச்சூழல் நல சிந்தனைகள் 24
5. உலக வனநாளில் ஒரு சிந்தனை! 27
6. நீர் ஆதாரம் அறிவோமா? 29
7. இயற்கை உணர்வீரே! இளம் குழந்தைகளே! 33
8. காற்றுக்கேன் வேதனை? 35
9. நிலம் நலம் பெறுமா? 38
10. கடல்வளப் பாதுகாப்பு 40
11. தேசிய பசுமைப்படை தேடிச்சென்ற கோடியக்கரை 43
12. இயற்கை நாட்காட்டி தயாரிப்பீர்! 47
13. நடுநிலைப்பள்ளி சுற்றுச்சூழல் கல்வியில் அறிவியல் தமிழ் 50
14. மதியூகம் மிக்க மனம் மகிழ் பறவைகள்! 54
15. பரவசமூட்டும் பறவைகள் திருவிழா! 56
16. முதலைகளைப் பாதுகாக்க முகம் மலரும் கிராம மக்கள்! 58
17. குரங்குகள் என்றால்... கேலி விலங்கா!!? 61
18. அனுமன் குரங்குகள் அசைவமா? 67
19. ராம் கங்கா ஆற்றின் ரம்மியமான நீர்நாய்கள்! 70
20. வெளவால்கள் வாழ வேண்டாமா? 72
21. அத்துமீறிய ஆக்கிரமிப்பு! அறிவார்ந்த மனித நோக்கமா? 74
22. வனவிலங்கு ஆராய்ச்சியில் மயக்க மருந்துகள் 76
23. உள்ளாட்சி அமைப்பில் சுற்றுச்சூழல் நிர்வாகம் 79
24. நாட்டு நலப்பணித்திட்டமும் கிராம சூழல் பராமரிப்பும் 86
25. தடையில்லா வழித்தடமே வனவிலங்கு வாழுமிடம்! 90
26. அருணாசலப் பிரதேச பழங்குடியினரின் அயராத வனப் பாதுகாப்புணர்வு! 92

27.	வரைமுறையற்ற வனஉயிரி வர்த்தகம்! வனசூழலுக்கு குந்தகம்!	95
28.	வனங்களைக் காணும் நீவிர் வரம்பு வரைமுறை மீறாதீர்!	98
29.	களவுபோன காடுகளும் காணாமற் போன புலிகளும்!	102
30.	தாதுப் பொருள் தேடிச்செல்ல தேசிய விலங்கு வாழிட அழிவா?	105
31.	நாட்டு முன்னேற்றமும், மாற்று எரிசக்தி வளமும்	107
32.	ஆன்மிகப் பாதையில் அறிவியல் தேடல்!	110
33.	உலகச் சுற்றுச்சுழலின் தற்போதைய நிலை ஒரு பார்வை	113
34.	வனங்களைப் பாதுகாக்க நவீன நங்கைகள்	117
35.	குப்பைகளை மதிப்போம்!	120

1. இயற்கையின் வாசலில் எனது அறிமுகம்!

விலங்குகளை இளமையில் பார்க்கும்பொழுதெல்லாம், பயம் கலந்த ஒரு வியப்பு மட்டுமே நம்மிடையே இருக்கும்! ஆம்! இயற்கைப் பகுதிகளை அழகிய பகுதி என ரசிக்கவும், விலங்கு, பறவைகளை அதிசயமாகப் பார்க்கவும் மட்டுமே நம் முன்னோர்கள் நமக்குக் கற்று கொடுத்திருக்கின்றார்கள்! அதிசயம், அழகு, புகைப்படம் பிடிப்பதில் ஆர்வம்! தற்போதைய காலத்திலும் மின்னணு ஊடகங்கள், கேமிரா மூலமாக உடனுக்குடன் படம் எடுத்து பார்த்து மகிழ்வதிலும், பெருமை கொள்வதிலும் “வாட்சப்” மூலம் பரப்புவதிலும் ஈடுபாட்டுடன் இருக்கின்ற இளைய தலைமுறை சற்று மாறவேண்டும்! அறிவியல் பூர்வமாக முழுமையாகப் புரிந்துகொள்ள முயலவேண்டும். சற்றேறக்குறைய முப்பத்தி ஐந்தாண்டுகளுக்கு முன்னர் 1980ஆம் ஆண்டு முதன் முதலாக பொள்ளாச்சி அருகே உள்ள டாப் ஸ்லிப், இந்திராகாந்தி தேசிய பூங்காவில் நுழையும் பொழுது எனக்கு ஏற்பட்ட பிரமிப்பும், வியப்பும் இன்றும் மாறவில்லை. நம் நாட்டின் மேற்கு மலைத்தொடரில் அமைந்த இப்பகுதியில் உள்ள சதுப்பு நிலக்காடுகள், அதில் நடக்கையில் எனது கால்களில் சேறு, அட்டைப் பூச்சிகள் கடிப்பதால் ஆங்காங்கே கால்களில் இரத்தத்திட்டு, அரிய மலைப் பறவைகளின் இனிய குரல் ஒலி! அவற்றை அறிந்து இனம் காண WWF பயிற்சியாளர்கள் மூலம் பயிற்சி எங்களுக்குத் தரப்பட்டது. பறவைகளை இனம் காண, கூர்ந்த கவனிப்பு, வண்ணம் வடிவம் உருவ அமைப்பில் உள்ள மாறுபாடு, குரலொலியில் வேறுபாடு இவற்றின்மூலம் பறவைகளை அடையாளம் காணப் பயின்றேன். கொம்பு மூக்கன் Horn bill என்ற பறவையினை நான் முதலில் காட்டில் கண்ட கணம், வியப்புடன் மகிழ்ந்த தருணம், கிரீச், கிரீச் என்ற ஒலியுடன் அரிய சிங்கவால் குரங்குகள் குடும்பத்தின் வரவேற்பு! இத்தகைய விலங்குகளை, செயற்கைக் கூண்டுகளில் பார்த்து ரசிப்பதா இயற்கை ஆர்வம்? இல்லை! மகிழ்ச்சி உணர்வுடன் கூடிய தேடுதல் வேட்கையுடன் விலங்குகளை, பறவைகளை அறிவியல் பூர்வமாக இயற்கையான வனங்களில் சென்று அறிவது நன்று. அதன் மூலமாகவே, அவற்றைப் பாதுகாப்பது பற்றிய உணர்வு மேம்பட்டு விழிப்புணர்வு பெற இயலும்.

நான் முதுகலை வனவிலங்கியல், பட்டத்திற்காக குறு ஆய்வு ஒன்றினை முதுமலை வனவிலங்கு சரணாலயத்தில் 1981 டிசம்பர் மாதம் துவக்கிய காலம்! மங்கிய மாலையில் மேகங்கள் சிகரம் தொட ஊட்டியிலிருந்து, மசினகுடி நோக்கி சிறிய பேருந்துப் பயணம்! இயற்கை அதிசயம், அச்சம் மிக்கது மட்டுமல்ல, ஆர்வம் தரக்கூடியது என்பதை உணர்ந்தேன். இவ்வடர்ந்த வனத்திற்குள்ளே அழகிய புள்ளி மான்களை தேடிச் செல்லப் போகிறேன்! புள்ளி மான்களின் உணவுச் சூழலை நேரடியாகக் கண்டு பதிவு செய்யத் தொடங்கினேன். கூட்டம், கூட்டமாக மான்கள் குறிப்பிட்ட நேரத்தில், தாவரங்களை மேய்தல், குடிநீருக்காக அனைத்து மான்களும் மாவனல்லா அணைக்கட்டுப் பகுதிக்கு மதிய நேரத்தில் வருதல்.

ஆம், மான்கள் தங்கள் குடும்பத்துடன் உண்டு மகிழும் காட்சி ரசிக்க மட்டுமல்ல! உண்ட தாவரப் பகுதிகளை சேகரித்து அவற்றின் தாவரவியல் பெயரறிதலும் முக்கியமாயின. மசினகுடி கிராமம், மக்கள் நிறைந்த சிறு ஊர் காட்டுப்பகுதியின் நடுவில் இருந்தது. விலங்குகளுடன் ஒன்றி அவர்கள் வாழ்ந்தாலும், இரவில் ஒற்றை யானைகள், ஆங்காங்கே வரத் துவங்கியதும் அம் மக்களுக்கு வனவிலங்குகள்பால் அச்சத்துடன் கூடிய வெறுப்பு இருந்தது. நானும், குறு ஆய்விற்காக வந்த எனது நண்பர்களும், கிராம மக்களிடம் அவ்வப்போது இயற்கையின் முக்கியத்துவம் கருதி, வனவிலங்கு பறவைகளின் அறிவியல் தன்மையினை உணர்த்த முயன்றோம். அவர்களது விவசாயம், விலங்குகளால் பாழ்படுகையில் தங்கள் வாழ்வாதாரத்திற்கு முன்னுரிமை தரும் நிலையில் வனவிலங்கு காடுகள் பாதுகாப்பு, வனத்துறை போன்றவை அன்னியமாகவே அவர்களுக்குத் தோன்றியது. மனித இனம் இயற்கையினை ஆக்கிரமித்து, வரம்பு மீறி வனவிலங்குகள், பறவைகளின் வாழ்வுரிமையினை மறுப்பது இன்றளவும் வழக்கமாகிவிட்ட நிலை வருந்துதற்குரியது!

ஒரு நாள் நான் வனத்திற்குள் சென்று, ஆய்வுக்காக மான்களைப் பார்த்துவிட்டுத் திரும்புகையில் கிராமப் பகுதியிலிருந்து வந்த வளர்ப்பு நாய்கள் சிறு மான்குட்டியினை துரத்தும் காட்சியைக் கண்டேன்! நாய்களை ஏவிய வேட்டைக்காரன் என்னைக் கண்டதும் ஒளிந்தான். அந்நாய்கள் மான்குட்டியினை குதற, நான் என் நண்பர்களுடன், அவற்றை கல்லால் அடித்து விரட்டினோம். எனினும் மான்குட்டி, உயிர் ஊசலாட வனத்துறை வாகனத்தில், அருகிலுள்ள வனத்துறை கால்நடை மருத்துவரிடம் எடுத்துச் செல்ல முயன்றோம். முயற்சி வீணானதும், இறந்த மான்குட்டியின் உடல் இரையாகி, விரும்பிய மனிதர்கள் உண்ட அவல நிலையினால் என் மனதில் ஏற்பட்ட காயம் இன்றளவும்

ஆறவில்லை! அறிவியல் ஆர்வம், அதிகாரம் மட்டுமல்ல, அன்பு, கருணை, வீரம் கலந்த விவேகம் மட்டுமே வன உயிரினங்களைத் தொடர்ந்து காப்பாற்ற நம் மனித மனங்களுக்கு தேவை என்பதனை அன்று உணர்ந்தேன். வனங்களுக்குச் சென்று ஆய்வு செய்கையிலும் விலங்குகளை இயற்கையாகச் சென்று கண்டு, ரசித்து புகைப்படம் எடுக்கையிலும், பல்வேறு சூழல் நெறிமுறைகளை நம் இளைய தலைமுறையும், மாணவர்களும் பின்பற்ற வேண்டும். நாம் செல்லக்கூடிய இயற்கைச் சூழலில் உள்ள விலங்குகளோ பறவைகளோ மனித நடமாட்டத்தை உணரக்கூடியதாக இருப்பதால் சற்று முன்னெச்சரிக்கை யுடன் அங்குச் செல்லுதல் நன்று. முதுமலையில் மசினகுடி பகுதிகளில் தனி ஆண்யானை (மக்னா) ஆபத்தானது என்பதை அனுபவத்தின் மூலம் அறிந்துகொண்டேன். அமைதியான நண்பகல், எங்கள் நண்பர் குழுவுடன் அடர்ந்த காடுகளின் உள்ளே மோயார் ஆற்றங்கரையில், நூறு அடி தூரத்தில் நின்ற ஒற்றை யானை உணவுண்கையில் எங்களது மனித நடமாட்டத்தை அறிந்து பிளிறி விரட்டிய நிலையில் சிலிர்ப்புடன் கூடிய அச்சம் ஏற்பட்டது. யானைகளின் நடத்தை, நடமாட்ட முறைகள் அறிந்த பின்தான் அதனை தொடரவோ படம்பிடிக்கவோ முயலவேண்டும். மனிதர்களை விட பல்வேறு வனவிலங்குகள், பறவைகள், எதிரி விலங்குகளின் நடமாட்டத்தை எளிதாக உணரக்கூடிய முதுமலையில் ஒரு மான் கூட்டம், இலந்தைமர நிழலில் அமர்ந்து நண்பகல் ஓய்வு எடுக்கையில், மரத்தின் மேல் அமர்ந்திருக்கும் ஆண் தலைவன் லங்கூர் குரங்கு, கிளைகளில் அமர்ந்திருக்கும் பெண் லங்கூர் குட்டிகள் இலை, தழை தின்று இளைப்பாறுகின்ற நிலை கண்டோம். திடீரென்று "தகரடப்பா'வை தரையில் போட்டால் ஏற்படும் ஒலி மரத்தின் உச்சியிலிருந்து கேட்டது! தொலைவில் வரும் செந்நாய்க் கூட்டத்தினைக் கண்ட ஆண் லங்கூரின் எச்சரிக்கை குரல் ஒலி அதுவாகும். குரங்குகளும், மான் கூட்டமும் விழிப்புணர்வு பெற்றன. குறிப்பாக ஆண்மான் தன் வாலின் பின்புறம் உள்ள வெண்ணிறத்தைக் காட்டி தன் குழுவிற்கு எச்சரிக்கை செய்த காட்சி எனக்கு வியப்பையளித்தது. மான் கூட்டம் அவ்விடத்தைவிட்டு மெல்ல நகரத் தொடங்கியது!

இயற்கையின் இனிய வாழ்வுச் சூழலில் அழகிய விலங்குகளும், வேட்டை விலங்குகளுக்கும் முரண்பாடு வருகையில் சூழலுக்கேற்ப தகவமைத்துக்கொள்ள வேண்டிய நடத்தை மான்களுக்கும், குரங்குகளுக்கும் இயல்பாக வந்துவிட்டதோ! என்று தோன்றியது. ஆம்! இத்தகைய தகவமைப்பு அனைத்து வனவிலங்குகள் பறவைகளுக்கும் உண்டு! 1984ஆம் ஆண்டு பம்பாய் இயற்கை வரலாற்று கழக ஆராய்ச்சித் திட்டத்தில் ராஜஸ்தானிலுள்ள பரத்பூர் பறவைகள் சரணாலயத்தில்,

பணி புரிந்தபொழுது அடைந்த அனுபவங்கள் ஏராளம்! 320 வகை பறவைகள் ஆயிரக்கணக்கான எண்ணிக்கையில் ஒரே நேரத்தில் அக்டோபர் மாதத்தில் கூடி மாநாடு நடத்துவதைக் கண்டதும், நம் மனதில் எத்தனை மகிழ்ச்சி! ஆனந்தம்! நம் இந்தியர்களை விட சற்று கூடுதலான ஆர்வத்துடன் ஆண்டுதோறும், இங்கு வருகைதரும் ஐரோப்பிய இங்கிலாந்து வெளிநாட்டுப் பறவை ஆர்வலர்கள்! இளங்காலைப் பொழுதில் சில்லென்ற குளிர்காற்று நம் உடலைத் தழுவ, முக்குளிப்பான், நாமத்தாரா, புள்ளி மூக்கு வாத்து, கருங்கொக்கு, சாரஸ்கொக்கு என பல்வேறு நீர்ப்பறவைகள் சரியான நாள், நேரம் பார்த்து பரத்பூர் சரணாலய ஏரிகளுக்கு வருகைபுரியும் விந்தையினை ரசிக்காமலிருக்க முடியுமா? ஆம் "வலசை போதல் (Migration) அறிவியல் கோட்பாட்டின்படி, பறவைகள் உணவுக்காக, தட்ப வெப்பநிலை மாற்றம், இனப்பெருக்க காரணங்களுக்காக கண்டம் விட்டு கண்டம் இடம் பெயருகின்றன. குறிப்பாக பூமியின் துருவப் பகுதியிலிருந்து இங்கு வருகை தரும் சைபீரியன் நாரை" (Siberian Crane) மிக அரிதான பறவைகளாகும்! இதன் வருகையினை ஒரு முக்கிய பிரமுகரின் வருகையாகவே பறவை ஆர்வலர்களும், ஊர்மக்களும் அக்காலத்தில் பேசிக் கொண்ட நிலை, எனக்கு வியப்பையும், ஆச்சரியத்தையும் தந்தது என்றால் மிகையல்ல! பரத்பூர் பறவைகள் சரணாலயத்தில் புள்ளிமான் (Chital), கடமான் (Sambar deer), நீலப்பசு (Nilgai), முள்ளம்பன்றி, ரீசஸ்குரங்கு, கழுதைப்புலி, மலைப்பாம்பு போன்ற விலங்குகளும் காணப்படுகின்றன. பரத்பூரில் சரணாலயத்தில் உள்ள, நான்கு ஏரிகளில் படகினில் சென்று, நீர் மாதிரிகளையும், மிதவை உயிரிகளையும் சேகரித்து அவற்றைப் பற்றி ஆய்வு செய்வது எனது அடிப்படைப் பணியாக துவக்கத்திலிருந்து வந்தது. ஓர் இயற்கைச் சூழலை, குறிப்பாக நீரமைப்பு சூழலைப் பற்றி அறிய அதன் நீரின் தரம், ஏரியின் ஆழம், அங்குள்ள தாவரங்கள் நீர்ப் பறவைகளுக்கான வாழும் சூழல், மிதவை உயிரிகள் (Plankton) போன்றவற்றின் வகைகள் பற்றி அறியவேண்டிய அவசியம் உண்டு. ஒரு நிலையான ஏரியில், அதன் முக்கிய ஆற்றல் உற்பத்தியாளர்கள், மிதவை உயிர்களும், தாவரங்களும் ஆகும். அந்த ஆற்றல் அடுத்த நிலையில் மீன்களுக்கும், பறவைகளுக்கும் படிப்படியாகச் சென்று சேர்வதனை ஆற்றல் ஓட்டம்" (Energy Flow) என்றும் இத்தகைய ஆய்வுப் பணியில் நீர்ப்பறவைகளின் எண்ணிக்கையினை, ஒவ்வொரு வாரத்தின் முதல் நாள் ஏரிக்கரையில் நடந்து சென்றும், படகில் சென்றும், பரத்பூர் ஆய்வு நிலைய உயிரியல் அறிஞர்கள் அறிந்தனர். நீர்ப்பறவைகளின் தோராய எண்ணிக்கை அரிய பறவைகளின் வருகை, ஆண்டுதோறும் வரும் பறவைகளின் எண்ணிக்கையில் ஏற்பட்ட வேறுபாடு போன்றவற்றை கள ஆய்வு மூலம் தொடர்ந்து அறிந்தோம்.

பரத்பூர் சரணாலயப் பகுதியில் காணப்படும் புள்ளி மான்கள், நீலப்பசுவின் எண்ணிக்கை, உணவு பழக்கவழக்கங்கள், அவற்றின் நடத்தை செயல்பாடுகள் ஆய்வு செய்யப்பட்டன. பரத்பூர் சரணாலயம், கீலோதேவ் தேசிய பூங்காவாக இந்திய அரசினால் அறிவிக்கப்பட்ட பிறகு நாடு முழுவதிலிருந்தும், உலகமெங்கிலிருந்தும் இயற்கை ஆர்வலர்கள் அங்கு வரத்தொடங்கினர். இத்தகைய வளர்ச்சி, ஆராய்ச்சித்திட்டம், சூழல் மேம்பாட்டிற்குக் காரணமாக விளங்கியவர்கள் பம்பாய் இயற்கை வரலாற்றுசங்க அந்நாளைய தலைவரும், பறவையியல் வல்லுநருமான டாக்டர் சலீம்அலி மற்றும் பறவை ஆய்வாளர் டாக்டர் வி.எஸ்.விஜயன் ஆகியோர் ஆவார்கள்.

வனவிலங்கு அறிவியல் ஆய்வில், முன்னோடியாக விளங்கிய பம்பாய் வரலாற்று சங்க உயிரியல் ஆய்வாளர்களாகிய நாங்கள் தமிழ்நாடு, கேரளா, கர்நாடகா மாநிலங்களிலிருந்தும், உத்தரப்பிரதேசம், மகாராஷ்டிரா பகுதிகளிலிருந்தும் ஒன்றாகக் கூடி ஒவ்வொரு நாளும் களப்பணி மேற்கொண்ட அனுபவங்கள், இயற்கையினை முழுமையாக அறிந்துகொள்ள உதவின.

விடியற்காலை 5 மணி முதல் 9.30 மணி வரை வனப்பகுதியிலும், ஏரிக்கரையிலும் மெல்ல நடந்துசென்று பறவைகளை ரசிப்பது மட்டுமல்லாமல் அவற்றின் அரிய அறிவியல் உண்மைகளை, பதிவு செய்கிற பணி ஒருபுறம் கடுமையானது, ஏனெனில் களப்பணி ஆய்வில் விழிப்புணர்வு, கூர்ந்த நோக்கு, விரைவு, எச்சரிக்கை, தன்மை, ஆர்வம், நேரம் தவறாமை, தொடர்ந்த உழைப்பு ஆகிய பண்புகளை வளர்த்துக்கொள்ள வாய்ப்புள்ளது. ஒவ்வொரு நாளும் நாம் அறிகின்ற தகவல்களை உடனுக்குடன் பதிவு செய்து, அதனைப் பற்றிய நம் கருதுகோள் போன்றவை இயற்கையின் உண்மைகளை நமக்கு புரியவைக்கும். ஆனால், குறிப்பிட்ட விலங்கினை, பறவையினை நாம் அணுகும் பொழுது ஏற்படக்கூடிய உணர்வு அறிவியலுக்கு முரண்படக்கூடிய சூழலும் ஏற்படலாம். எடுத்துக்காட்டாக ஒருநாள் மாலை நேரத்தில் பரத்பூர் சரணாலயத்தில் உள்ள ஏரிப்பகுதியில் சென்று நீர்ப் பறவைகளை உற்றுநோக்கிக் கொண்டிருக்கையில், திடீரென்று நீர்ச் சூழலிலிருந்து ஒரு பறவையின் அலறல் ஒலி! "புள்ளிமூக்கு தாரா" (Spot bill) என்ற அழகிய வாத்துப்பறவை, நீருக்குள் மூழ்கி இறக்கும் அவலம்! மூழ்கிக் கொண்டிருக்கும் அப்பெண் பறவையினை காப்பாற்ற முயன்ற இணைப்பறவையும் மூழ்கி இரண்டும் இறந்த காட்சி! பரிதாபம். ஆனால் அவை மூழ்கி இறக்க காரணம், ஏரிக் கரையோரம் இருந்த மலைப்பாம்பு, இரைகளாக பறவைகளை ஆக்கின என்பதே உண்மை! பறவைகளை உணவாக்கக் கொன்ற மலைப்பாம்பும் இயற்கைச்சூழல் சங்கிலியில்

முக்கியம் ஆகும். பறவைகளை இங்கு இரக்கமாகப் பார்ப்பதும், மலைப் பாம்பினை எதிரி விலங்காகவும் கருத வேண்டிய அவசியமில்லை!

இயற்கைச் சூழல் சங்கிலியில் ஏற்படும் இத்தகைய நிகழ்வுகள் மிக இயல்பானது. குறிப்பிட்ட காலத்தில் நீரானது, மழைக்காலத்தில் பான்கங்கா, அஜன்பந்த் அணைக்கட்டு திறக்கப்பட்டு ஆற்றிலிருந்து பரத்பூர் சரணாலயத்திலுள்ள ஏரிக்குள் வருகின்ற நாட்களின் இரவில் "சன்னா" வகை மீன்களின் சிறு குஞ்சுகளின் இனத்தொகையினை அறிய மீன் ஆய்வாளருடன் இணைந்து ஒவ்வொரு மூன்று மணிநேரம் தொடர்ந்து பணி செய்கையில், களப்பணி செய்கையில், அங்குள்ள 36 மீன் வகைகளைப் பற்றி அறிய வாய்ப்பு ஏற்பட்டது. இவ்வகை மீனினங்கள் பரத்பூர் ஏரிகளுக்குள் வரவும் வெவ்வேறு வகை பறவைகளின் இடப்பெயர்ச்சி உள்ளே தொடரவும், ஓர் ஒருங்கிணைப்பு வந்த நிலை இயற்கை ஆசிரியரின் கரும்பலகையில்லா அதிசயக் கணக்குதானே!

என்னுடைய முனைவர் பட்டத்திற்காக ராஜஸ்தான் பல்கலைக் கழகத்தில் விலங்கியல்துறை ஆராய்ச்சியாளராக ஜெய்ப்பூர் மாநகரத்திற்கு அருகிலுள்ள அம்பாகார் வனத்திற்குச் சென்ற காலம்! வித்தியாசமானது என்றால் மிகையில்லை. அனுமன் குரங்குகளின் இனத்தொகை, உணவு மற்றும் நடத்தை பற்றி களப்பணி மூலம் ஆய்வு செய்யும் நிலையில், அனுமன் குரங்குகள் உணவுக்காக, கோவில் பகுதிகளில் கூட்டம், கூட்டமாக நின்ற காட்சி, மனித மனங்கள் கடவுளை வேண்டி வழிபட தூதராக இவ்விலங்கினங்களுக்கும், நீல புறாக்களுக்கும் தானியங்களையும், பழங்களையும் அதிக அளவில் இறைத்தார்கள். அதே விலங்கினங்களும், பறவைகளும் உணவு அபரிமிதமாகக் கிடைத்த மகிழ்ச்சியில் தங்கள் எண்ணிக்கையினைப் பெருக்கின. வீடுகளுக்குள் புகுந்து இயல்பாக உணவைத் தேடின! அங்கே வழிபட்ட மனிதர்கள் வரை முறையில்லாமல் வன்முறையால் குரங்குகளை விரட்டினர்! ஏன் இந்த முரண்பாடு! மனித இனம் சிந்திக்கலாமே! ஆம் விலங்கினங்கள் மனிதனோடு இணைந்து வாழ்ந்தாலும், வனங்களில் வசித்தாலும் மற்ற விலங்குகளுடன் "கூட்டு வாழ்க்கை" என்ற இயற்கைக் கோட்பாடு இங்குக் காணப்பட்டது. ஆம் ரீசஸ் என்ற மகாக் வகை செம்முக குரங்குகளும், அனுமன் குரங்கு குழுக்களும் அருகருகிலுள்ள மரங்களில் வசித்தன. இவ்விரண்டு சிற்றினங்களின் குட்டிகள் வேற்றுமை பாராது விளையாடினர். நாய், பசு, மாடு, கன்று, ஆடு ஆகியவற்றுடன் அவ்வப்போது உறவாடிய காட்சி மகிழ்ச்சியைத் தந்தன. ஒருமுறை கருவுற்றிருந்த ரீசஸ் பெண் குரங்கு, பிரசவித்த காட்சியினை நேரில் கண்டபொழுது அக்குழுவிலிருந்த மற்ற

பெண் விலங்குகள் தாதிகளாய் மாறி அக்கறையுடன் அப்பிறப்பினை கவனத்துடன் மேற்பார்வையிட்டு, உரிய உதவிகளை தாய்க்கும், சேய்க்கும் செய்தபொழுது உயிரினங்களின் விந்தையினை வியக்காமலிருக்க முடியவில்லை! நகைப்புக்குரியனவாக குறும்புகள் செய்யும் குரங்குகளின் உடலமைப்பில் உள்ள, வளையும் தன்மை, உயரமான மரங்களின் கிளைகளில் அனாயாசமாக செல்வதும், தாய் குரங்குகள் குட்டிகளை வயிற்றில் இறுக்கமாக பிடிக்கச் செய்து சுமந்துகொண்டு விரைந்து குழுத்தலைவன் (ஆண்) பின்னரே வரிசையாக செல்வதிலும், ஓர் ஒழுங்கு கட்டுப்பாட்டை என்னால், உணர முடிந்தது. அனுமன் குரங்குகளின் வளர்ந்த ஆண்குட்டிகள் என்ற பறழ்கள் (Juvenile) குறிப்பிட்ட காலத்தில், வாலிப வயதை எட்டிப் பிடிக்கையில், தன் குழுவினைவிட்டு விலகி, ஆண்குரங்குக் குழுக்களுடன் இணையும் நிலை நம் மனித இனத்தில், வளர் இளம்பருவ ஆண் இளைஞர்கள் தம் வயதொத்த நண்பர்களுடன் குழுவாக இணைந்து செயல்படுவது போல் அமைந்துள்ளது என்றால் மிகையில்லை!

இத்தகைய விலங்கினங்கள், பறவைகளை, தாவரங்களை ரசிப்பதும், மகிழ்வதும் மட்டுமல்ல, முழுமையாக அறிந்து அவற்றின் அரிய பண்புகளை நம் இளம் தலைமுறை உணருதல் நன்று. இயற்கை எனும் எல்லையில்லா அமைப்பில் உயிரினங்கள் அனைத்தும் ஒன்றே! அனைத்தும் ஒரு குறிப்பிட்ட செயல்பாட்டினை, பங்கினை இவ்வுலகத்திற்கு அளிக்கவும், வாழவும் உரிமையுடன் உருவாகியுள்ளன என்பதனை அறிய வேண்டும்! வாழு! வாழவிடு!! என்ற எண்ணத்தினை நம் மக்கள் உணர்வதற்கு பள்ளி, கல்லூரி மாணவ - மாணவியர் இளைஞர்கள், இயற்கை விழிப்புணர்வு செயல்பாடுகளை தேசிய பசுமைப்படை சுற்றுச்சூழல் மன்றம் வழியாக மேற்கொண்டிருந்தால் நன்று. ஏனெனில்,

“இயற்கையின் வாசலின் அழகிய அறிமுகம் எனக்கு மட்டுமல்ல, எல்லோருக்கும் தொடர்ந்து கிடைக்கவும், இப்பூவுலகம் மகிழ்வுடன் திகழவும் அந்நிலை அவசியமாகும்.

2. விழிப்புணர்வு செயல்பாடுகள்
விழலுக்கிறைத்த நீரா?

1982ஆம் ஆண்டு கோடைக்காலத்தின் வெயில் நேரத்தில், முதுமலைக்காடுகளின் மசினகுடியில் "களப்பணி" யினை முடித்துவிட்டு நானும் என் நண்பர்களும் ஓய்வறை திரும்பிய நேரம், நான்கைந்து வளர்ப்பு கிராமத்து நாய்கள் அழகிய புள்ளிமான் குட்டி ஒன்றினை துரத்தித் துரத்தி வேட்டையாட முனைந்தன. இயற்கை வனவிலங்கு, ஆராய்ச்சி, பாதுகாப்பு என்ற எண்ணங்களில் மூழ்கி, முதுகலைப் பட்ட ஆய்வினை முடிக்க முதுமலைக்காட்டு விலங்குகளை தேர்ந்தெடுத்த நாங்கள், என்ன செய்யலாம்?

அவசர சிந்தனை? கீழே கிடந்த கற்களை ஆயுதமாக்கி நாய்களை கழனப்பட்டு விரட்டி, மான் குட்டியினை மீட்டோம்! மீட்ட குட்டி குற்றுயிரும் குலையுயிருமாகக் கிடந்ததைக் கண்டு பதறிய நாங்கள்! கூட இருந்த வனத்துறைப் பணியாளரை அணுகி, "உடனே செல்வோமா? கால்நடை வன மருத்துவரிடம்" எனக் கெஞ்சினோம்!

"விடுங்க சார்! சீக்கிரம் குட்டி செத்திடும்! மான்குட்டி கறி நல்லாருக்கும்?" என்ற அலட்சிய சோம்பல் குரல், எங்களை கோபத்தில் மனதுக்குள் ஆழ்த்தினாலும் அந்த உயிரைக் காப்பாற்ற இயலாத "இயற்கை படிப்பாளர்களாக கையாலாகாத வெட்கப்பட்ட நிலை! அன்று மதியமே இறந்த குட்டியினை கறியாக்கி விருந்து சாப்பிட்ட வனத்துறை பணியாளர்கள்! மறக்க இயலவில்லை! வடுவாக மனதில் இன்றும் சோகத்தழும்பு!

மேலே குறிப்பிட்ட உண்மைச்சம்பவம் ஒன்றல்ல! எத்தனையோ! 1985ஆம் ஆண்டு ஜெய்ப்பூர் குரங்குகளை ஆய்வு செய்கையில் அவற்றை கடவுளாய் வழிபடும் கல்வியாளர்கள், பணக்காரர்கள், அலுவலர்கள், வணிகர்கள், அளவுக்கதிகமாய் "வேண்டுதலுக்காய் உணவை பழங்களை, பருப்பு வகைகளை கொட்டிக் கொட்டி, அவற்றின் பசிதீர்ப்பதாய் நினைத்தனர்! ஆனால் அவற்றின் இனத்தொகை பெருகி, ஊருக்குள் நுழைந்து, வீட்டுக்குள் புகுந்து அதை உணவுதேடும்போது அவ்வுயிரினங்களை வழிபாடு செய்த அதே பொதுமக்கள், வன்முறை காட்டி, விரட்டினரே! என்ன முரண்பாடு!

நமது கோயில்களில் யானைகளுக்கு, விருப்பப்பட்ட உணவை தவறாக வழங்கி குழந்தைகளுக்கு ஆசி பெறும் நம் மக்கள்! மலையோர கிராமங்களின் உள்ளே காட்டிலிருந்து உணவு தேடி யானைகள் வருகையில் எதிரிகளாய் எண்ணி அஞ்சி ஓடுகின்றனரே! அவற்றை அடக்க நினைக்கின்றனரே!

வனங்களில் பார்த்தாலும், வண்டலூர் காட்சியகத்தில் கண்டாலும், நமது மனித உணவை வாஞ்சையோடு விலங்குகளுக்கு "தவறானது என அறியாமல் தந்து மனம் மகிழ்கின்ற மனிதர்கள்! இவர்கள். சரி! இன்றைய அவல நிலை இதுதான்!

இயற்கை வளம்மிக்க இந்தியத் திருநாட்டில், வனவிலங்குகளை வழிபாட்டு தலங்களில் நமது மக்கள் வணங்குகின்றனர். ஆலமரம், துளசி, அரசமரம் இன்னும் எத்தனை கோயில் காடுகளில் கிராம தெய்வ வழிபாடுகள்! நடைபெறுகின்றன. எனினும் கலாசார ஒற்றுமையில் இயற்கையினைப் போற்றி வணங்கும் நாம், திருவிழாக்களுக்காக, காடுகளை அழித்து, வணிக மயமாக்கும் முரண்பாடு ஏனோ? கடற்கரை கோயில் தலங்களில், வனப்பகுதி கோயில்களில் பாலிதீன் குப்பைகளை விழாக்காலத்தில் விட்டுச் செல்லும் கொடுமை? இரண்டுநாள் திருவிழா இயற்கை ரசிக்கும் சுற்றுலாவிற்கு வரும் பொதுமக்கள், காடுகளை சீரழிப்பதை உணரவில்லையே! பாலீதீன் பைகளை மீத உணவுகளுடன் உண்ணுவதுடன் அதனால் உடல்நலம் பாதிக்கப்படும் வனவிலங்குகளின் பரிதாப நிலை பற்றி அறியவில்லையே!

விலங்குகளின் நலம், முக்கியத்துவம் அறியா சில வனவிலங்குத்துறை பணியாளர்கள், வழிபாட்டுக்கு ஒரு மனநிலை! வாழ்வில் குறையாய் வன்முறை விரட்டலுடன் குரங்குகளைக் காணும் பக்திமக்கள்! ஆம் உயிரினங்களை, பறவைகளை ரசிக்கும், மகிழும் நம் மனித இனம், அறிவியலாய், அரிதானதாய், அபூர்வமாய், அவற்றை உணரவில்லை என்பதை வருத்தத்திற்குரிய செய்தியேயாகும்!

இயற்கையினை பாதிக்கும், இயல்புக்கு மீறிய ஒலி மாசு, ஓங்கி ஒலித்துவரும் இறை வாழ்த்து முழக்கங்களை முறைப்படுத்த இயலாத முரணான நிலை,நம் நாட்டில் மட்டும்தான் அதிகமாகக் காணப்படுகின்றன!

1980ஆம் ஆண்டு முதல் பல்வேறு திட்டங்கள் மூலம் விழிப்புணர்வு செயல்பாடுகள் நம் நாட்டில் நடைபெற்று வருகின்றன. சுற்றுச்சூழல், அமைச்சகத்தினால் சுற்றுச்சூழல் பாதுகாப்புச் சட்டம், உயிரின பல்வகைமை சட்டம், என பல்வேறு சட்டங்கள் இயற்றப்பட்டுள்ளது. பள்ளிகளிலும், கல்லூரிகளிலும் இயற்கை விழிப்புணர்வுக் குழுக்கள் அமைக்கப்பட்டு, மாணவர்களுக்கும், இளைஞர்களுக்கும் வன

விலங்குகள், பறவைகள், தாவர பாதுகாப்பு, அவற்றின் முக்கியத்துவம், உயிர்ச்சூழலில் அவற்றின் பங்கு ஆகியன பற்றி தொடர்ந்து கற்பிக்கப்பட்டும் வருகிறது.

எனினும் “வளருகின்ற நாடு” என்ற நிலையில் கணினி தொழில்நுட்பம், தொழிற்சாலைகள் பெருக்கம் ஆகியவற்றினால் நமது நாட்டின், மக்களின் பொருளாதார நிலை உயர்ந்தது. ஆனால், இயற்கை பாதுகாப்பு பற்றிய உணர்வு எதிர்பார்க்கின்ற அளவிற்கு வளர்ந்ததாக அறியப்படவில்லை. மக்கள்தொகை பெருக்கத்தினால், வனப்பகுதிகள் ஆக்கிரமிக்கப்பட்டு தேயிலைத் தோட்டங்களாக, உல்லாசப்பயணியர் விடுதிகளாக மாறும் நிலை தொடருகின்றது. வனவிலங்குகள், காட்டைவிட்டு வெளியேறி, வாழிடமின்மை, குடிநீர் பற்றாக்குறை, வேட்டை போன்ற காரணங்களால் காடுகளின் அருகிலுள்ள கிராமங்களில் நுழைகின்ற நிலை ஏற்படுகின்றன. மனித - வனவிலங்கு மோதல்கள் உருவாகும் நிலையில், பல்வேறு பிரச்சினைகளை சமுதாயமும், அரசுத் துறைகளும் சந்திக்க வேண்டிய சூழல் உருவாகி வருகின்றன. நகரப்பகுதிகளிலும், மாசுபாடு அதிகமாகி மக்களின் வாழ்க்கைச் சூழல் சீர்கெட்டு வருகிறது. காற்று, நீர் மாசுபாடு உருவாக்கும் கடுமையான தொற்று நோய்கள் வருகையில், அவற்றின் பாதிப்பு, மிகக் கடுமையாக மனித இனத்தைத் தாக்குகிறது. தொடர்ந்த விழிப்புணர்வு செயல்பாடுகள் முழுமையாக இருந்தாலும், இயற்கை பாதுகாப்புத் திட்டங்கள், மாசுகட்டுப்பாட்டுத் திட்டங்கள் போன்றவை முன்னுரிமை பெறாத நிலை வருத்தமளிக்கிறது.

வனவிலங்குகள், பறவைகள், இயற்கை, நீரூற்று. அருவி, காடுகள் ஆகியவற்றை எண்ணியும், கண்டும், வியந்து போகும் நமது மக்கள், இளைஞர்கள், மாணவர்கள், அலுவலர்கள் என பல்வேறு நிலைகளில் சமுதாயத்தில் இருந்து பெரும்பான்மையோர் அவற்றைப் பாதுகாக்கும் உணர்வு பெறுவதில்லை. இந்நிலைக்கான காரணம், அரசுத்துறைகளின் அலட்சியமும். அறிவியல் அடிப்படையில்லா அணுகுமுறைகளும் ஆகும். கடந்த பல்லாண்டுகளாக சுற்றுச்சூழல் விழிப்புணர்வு செயல்பாடுகளை நம் நாட்டில் செவ்வனே நடத்தி வந்தாலும், விழிப்புணர்வு பெற்ற நம் சமுதாயம், அடுத்த நிலையான பாதுகாப்பு செயல்பாடுகளில் தீவிரம் காட்டவில்லை என்பதுதான் உண்மை.

குறிப்பாக, சபரிமலை என்ற ஆன்மீக வழிபாட்டுத்தலம் பெரியார் புலி சரணாலய வனப்பகுதிக்குள் அமைந்துள்ளது. ஆண்டுதோறும் லட்சக்கணக்கான மக்கள் தெய்வீக உணர்வு வந்தாலும், அக்காட்டின் புனிதத்தன்மை மதிக்காமல், ஏராளமாக கழிவாக விடும் பாலிதீன் பைகள் விறகுகளுக்காக வெட்டப்படும் காட்டுமரங்கள் பேருந்து கார் வாகன

எரிபொருள் காற்று மாசுப்படலம் ஆகியவற்றால் திணறும் நிலை அங்கு உள்ளது. இந்தியாவில் பல்வேறு சரணாலயங்களில், குறிப்பாக ரர்ந்தம்பூர், ராஜஸ்தான், பந்தவகார், சரிஸ்கா, கிர், பீமசங்கர் போன்ற காடுகளில் இத்தகைய விரும்பத்தகாத போக்கு தொடர்கிறது. காடுகளின் உள்ளே இயற்கை பாதிக்குமளவிற்கு, குப்பைகள் ஒலி மாசுபாடு போன்றவை தவிர்க்கப்பட வேண்டும். பாதுகாக்கப்பட்ட வனப் பகுதிகளில் ஆன்மிக சுற்றுலாவினர் எண்ணிக்கையினை ஒழுங்கு செய்து, கட்டுப்படுத்துதல், தேசிய பூங்கா, சரணாலயங்களில் முழுவதுமாக பாலிதீன், பிளாஸ்டிக் தவிர்த்தல், மீறினால் அபராதம் விதித்தல், ஒலிமாசுவினை, ஒலிபெருக்கி, பாடல்களைத் தடுத்து நிறுத்தித் தவிர்த்தல், ஆன்மிக அன்பர்கள் மரம் வெட்டுதலைத் தவிர்க்க கண்காணிப்பு, இரவுகளில் காடுகளில் தங்குவதை, வணிகக் கடைகளை தடை செய்தல், டீசல் புகைவாகனங்கள் தடை செய்தல் போன்ற செயல்பாடுகளை ஊக்குவிக்க, வனத்துறையில் திட்டங்களை உருவாக்க அரசு முயற்சிக்க வேண்டும்.

இயற்கை, சுற்றுச்சூழல், வனவிலங்கு பாதுகாப்பு, மாசுக்கட்டுப்பாடு போன்றவற்றில் தொடர்ந்த விழிப்புணர்வு தேவைதான் எனினும், விழிப்புணர்வு கொண்ட சமுதாயம், அடிப்படை அறிவியல் உண்மைகளைப் புரிந்துகொள்ளாத நிலையில் வனவிலங்குகளை காடுகளை, ரசித்தலில் மட்டுமே ஈடுபடுகிறது. விலங்கு காட்சியகங்களில், தான் விரும்பிய உணவை அவ்வுயிரினங்களுக்கு அளிப்பதும், புகைப்படங்களை எடுத்து ரசிப்பது மட்டும் விலங்கு பாதுகாப்பிற்கு எவ்வித பயனையும் தரப்போவதில்லை! உணர்வில்லா வனத்துறை பணியாளர்களின் அலட்சிய ஈடுபாடற்ற நிலை, உயர் அலுவலர்களின் ஆரவார, ஆடம்பர, அதிகார போக்கு போன்ற செயல்பாடுகள், இந்திய வனவிலங்குகளின் எண்ணிக்கையானது, அழிநிலை வனவிலங்குகள் பட்டியலில் கூடுவதற்கு வாய்ப்பினை ஏற்படுத்திவிடும் என்பதில் அய்யமில்லை. இத்தகைய நிலைமாற என்னதான் தீர்வு?

1. வனத்துறை கள அலுவலர்களுக்குத் தரப்படும் பயிற்சிகள் நவீனத்துவம் இருப்பது மட்டுமல்லாமல் இயற்கை நெறிமுறைகளைக் கொண்டிருப்பது (Nature Ethics) அவசியமாகும்.

2. வனவிலங்குக் காட்சியகங்களில், சரணாலயங்களில் பார்வையாளர் களாக வருகை புரிபவர்களுக்கு விலங்குகளை அணுகும்முறை பற்றிய அறிவியல் விளக்கங்கள் தொடர்ந்து பயிற்றுவிக்கப்பட வேண்டும்.

3. மேற்கண்ட வனவிலங்குத்துறை அறிவுரைகளை பின்பற்றாதோருக்கு, தண்டனை (அ) அபராதம் விதிக்கப்பட வேண்டும்.

4. வனவிலங்கு கடத்தல், வேட்டை, மாசுபாடு போன்ற குற்றங்களுக்கு கடும் தண்டனைகள் வழங்க சட்டங்களில் மாற்றம் கொண்டு வரலாம்.

5. இயற்கை, காடு, வனவிலங்கு பாதுகாப்பு மாசுபாடு விழிப்புணர்வுக் கல்வி, சரணாலயப் பகுதிகளில் உள்ள பொது மக்களிடையே மிகுந்த வலுவுடன் அளிக்கப்பட திட்டங்கள் தீட்டப்படலாம்.

மேற்கண்ட செயல்பாடுகளை ஊக்கத்தோடு முழுமையாக செயல்படுத்த நம் நாட்டில் "சூழல் காவல்துறை" (Environment - Police) என்ற அமைப்பினை கொணரலாம். சுற்றுச்சூழல் தொடர்பான குற்றங்கள், தவறான செயல்பாடுகளை கண்காணிக்கவும், கட்டுப்படுத்தவும், அவ்வமைப்பு, காவல்துறை, பசுமை நீதிமன்றம், வனத்துறை ஆகியவற்றுடன் இணைந்து பணியாற்றலாம்.

இத்தகைய திட்டங்கள் நம் நாட்டில் உருவாகாமல் போனால் எதிர்காலத்தில், நம் வருங்காலத் தலைமுறை "சூழல் பேரிடர்கள்" (Eco - Disasters) என்ற பாதிப்புகளை நம் வளர்ச்சித் திட்டங்களின், பக்க விளைவுகளாக சந்திக்கக் கூடிய அபாயம் உள்ளது. "இயற்கை விழிப்புணர்வு, விழலுக்கிறைத்த நீராய்ப் போகாமல்" விரைவில் முழு செயல்வடிவம் பெறுமா? காலம்தான் பதில் சொல்ல வேண்டும்!

3. புவியினைப் புரிந்துகொள்!

இயற்கை, சுற்றுச்சூழல் பாதுகாப்பு பற்றி தாம் உரையாற்றலாம்! பேசலாம், பழக்கலாம். ஆனால், ஓரளவிற்கு நம் சமூகத்தில் மகளிர், குழந்தைகள், இளைஞர்கள் கீழ்க்கண்ட செயல்பாடுகளை மேற்கொள்ள முயன்றால், நாம் இயற்கையைப் பாதுகாப்பது எளிமையாகிவிடும் தெரியுமா?

1. இயற்கையின் நல்விருந்தினராகு!

நண்பன் வீட்டுக்கு செல்லுகையில் நாம் எவ்வாறு அவருக்கும், அவர்தம் குடும்பத்தினருக்கும் நம்மை பிடித்துப் போகிறது? உங்கள் நடத்தையும், அன்பும் தாம், அதனைப் போல நீங்கள் காடு, கடற்கரை, தோட்டம், மலை எங்குச் சென்றாலும் அவற்றை மதியுங்கள். குப்பைகளை அங்குப் போடாதீர்கள்! தடை செய்யப்பட்ட பகுதிகளுக்கு செல்ல முயலாதீர்! வனத்துறை பணியாளர் உதவியுடன் வனத்திற்குள் செல்வோம்!

2. கடற்கரைக்கு சென்று திரும்பி நல் நினைவுகளை எடுத்துக்கொண்டு உன் பாத அச்சுக்களை மட்டும் விட்டு வா!

சோழி, ஓடுகள் போன்றவற்றை நினைவாக மட்டுமே எடுத்துக் கொண்டு உன் பாத அச்சுக்களை மட்டும் விட்டு வா!

சோழி, ஓடுகள் போன்றவற்றை நினைவாக மட்டுமே எடுத்து வருவோம். உண்மையில் அவற்றுக்குள்ளோ, வெளியோ, கடல்விலங்கு, பூச்சி ஏதோ ஒன்று அதை நம்பியிருக்கும். காய்ந்த சருகுகள், இலைகள் பூஞ்சைத் தாவரங்களுக்கு உணவாகும். எனவே இயற்கையிலிருந்து எதனையும் அபகரிக்க வேண்டாமே!

3. இயற்கையின் அமைதி காப்பீர்!

வனப் பகுதிகளுக்குள் செல்லுகையில் நாம் மிக அமைதியாக செல்ல வேண்டும்! அது விலங்குகளின் வாழ்விடம், அவைகள் தமக்குள் தொடர்பு கொள்கின்றன! பறவைகள் பாடுகின்றன. அங்குச் சென்று உரத்த ஒலி எழுப்புதல், இசை ஒலித்தல், வாகன ஒலிப்பான் பயன்படுத்துதல் போன்றவை விலங்குகளையும், பறவைகளையும்

தொந்தரவு செய்வது, இயற்கைக்கு நாம் விளைவிக்கும் கேடு அல்லவா?

4. வனம் என்பது அரிய விலங்குகளை மட்டும் ரசிக்கும் இடமல்ல!
பெரும்பான்மையான சுற்றுலாப் பயணிகள் சரணாலயங்களை பார்வையிட்டு, அரிய புலி, யானை, சிறுத்தை விலங்குகளை மட்டும் கண்டு மகிழ்ந்து புகைப்படம் எடுத்துக் கொள்கின்றனர். இந்நிலை விரும்பத்தக்கதல்ல. உண்மையில் இயற்கையான காடுகளின் உட்பகுதிக்கு செல்கையில் தூய காற்றை சுவாசித்தல், சூரிய உதயம், பறவை பாட்டுக் குரல் ஒலி, சிறு பூச்சிகள், ஊர்வனவற்றின் அழகிய செயல்பாடுகள் ஆகியவற்றையும் இணைந்து ரசித்தல் நன்று.

5. நெறிபிறழா சுற்றுலா ஆர்வலர் ஆவீர்!
வனங்களில் சுற்றுலா செல்லும் பயணியர் தங்குமிடத்தினை சரியாகத் தேர்ந்தெடுங்கள்! உண்மையில் தங்கும் விடுதி வனவிலங்கு பாதுகாப்பு மீதும் அங்கு வசிக்கும் மனிதர்கள் மீதும் அக்கறை கொண்ட நிர்வாகமா என அறிந்து கொள்வீர்! சரியாக செலவு செய்து சுற்றுலாவினை மகிழ்வீர். வாய்ப்புகள் கிடைத்தால் வனப்பகுதியினை ஒட்டிய பகுதி வாழ் மக்களுடன் தங்கியிருக்கலாம்! அவர்தம் கலாசாரத்தினையும் அறிவதோடு, உங்கள் மின்சார சிக்கனம், நீர் சிக்கனம் கடைப்பிடித்து தங்கள் "கரிம காலடி" தடத்தினை குறைக்கலாம்!

6. சற்று நின்று சிந்திப்போமே?
விரும்பாத "தீங்கு தரும் விலங்குகளை (Pests) நாம் எப்பொழுதுமே வரவேற்பதில்லை! குறிப்பாக, பல்வகை பூச்சிகள், விலங்குகளான எலிகள், ஊர்வன போன்றவை ஆகும்.

இவை தொடர்ந்து வீடுகளுக்கும், தோட்டங்களுக்கும் வருகை தந்து கொண்டுள்ளன. செடிகளை அழிக்கும், நமது இரத்தம் உறிஞ்சும், குப்பைகளை கிளறும் இவ்வுயிரினங்கள் நம்மால் எப்பொழுதும் ரசிக்க முடியாது! ஆனால் நாம் செய்யும் செயல்பாடுகளின் விளைவாகக் கூட இப்பிரச்சினை வரலாம். எடுத்துக்காட்டாக பாம்புகளை கொன்றால், சுண்டெலிகள் எண்ணிக்கை அதிகரித்து பயிர்கள் அழியும் நிலை ஏற்படும். சிந்திப்பீர்.

7. தீங்கு தரும் உயிரினம் அழிக்க வேதி பூச்சிக்கொல்லி வேண்டாமே!

வேதி பூச்சிக்கொல்லி மருந்துகள் நச்சுத்தன்மை கொண்டவை. அந்துப்பூச்சிகள், பூச்சிகள், எலிகள் போன்றவற்றை அழிக்கவும், வயல் தோட்டங்களை பாதுகாக்க, ஆரோக்கியமாகப் பராமரிக்கவும், செல்ல பிராணிகளையும், நம்மையும் பாதுகாத்துக்கொள்ள வேதி பூச்சிக்கொல்லிகளைத் தவிர்க்கலாம். இவற்றின் பயன்பாடு, மண்ணையும் நிலத்தடி நீர் சூழலையும் பாழடித்துவிடும். அங்கே - கரிம பூச்சி அழிப்பு சாதனங்களையே பயன்படுத்துவோமே!

8. தங்கள் வாழிடம் - குப்பை கழிவற்ற சிறப்பிடம்!

எலிகள், பூச்சிகள் போன்றவை எப்பொழுதும் குப்பைகளையும் கழிவுகளையும் தேடி நாடி வருகின்றன. எனவே தங்கள் வீடுகளை, தூய்மையாகப் பேணுவீர். தூசு, குப்பை, தோட்ட கழிவுகளை முறையாக அட்டவணையிட்டு தொடர்ந்து அகற்றி வந்தால், தீமை தரும் விலங்குகள் நம் வாழிடத்திற்கு வருகை தர வாய்ப்பில்லை மேலும் அவற்றை அழிக்கையில் குறிப்பிட்ட விலங்குகளை தவிர்த்து தீங்குதராத மற்றவற்றையும் பாதிக்கச் செய்யாதீர். தவளை, பல்லி போன்றவைகள் பூச்சியுண்ணக் கூடியவை அவற்றை அழிக்க வேண்டாமே.

9. மின்சாரத்தை சேமிக்க விளக்கை அணைப்போம்!

வீடுகளில், பள்ளிகளில், பொதுவிடங்களில் பயன்பாடில்லா நிலையில் மின்விளக்குகள், தொலைக்காட்சி, மின்விசிறிகள் போன்றவற்றின் செயல்பாட்டினை நிறுத்துவோமே!

10. குறைவே நிறைவு!

ஒவ்வொரு நாளும் நம் குடும்பங்களில் பயன்படுத்தும், மின் சாதனங்களின் நிலையினை சிந்திக்கலாமா? துணிகள் மடிக்க சலவை பெட்டி, நுண்ணணு அடுப்பு, குளிர்சாதனப்பெட்டி, கணினி, மின்சார அடுப்பு போன்றவை, அதன் பயன்பாட்டில் நெறிபிறழாமல் குறைவாகப் பயன்படுத்தி மின் ஆற்றல் சேமிப்போம்!

11. இயற்கை ஒளி தேடுவோமே!

இயற்கை செயல்பாடுகளை கண்காணித்து, அதற்கேற்றபடி நம் வசிப்பிட செயல்களை மேற்கொள்ளலாம்! பகலில் மின்சார விளக்குகளை தவிர்க்கலாம்! வெளியில் வெப்பம் குறைந்தால், குளிர்ச்சியான காற்று வீசினால் குளிர்சாதனம் வேண்டாம்! வீடுகள், பள்ளிகளின் அறை சுவர்களின் வண்ணம் தேர்ந்தெடுத்தலிலும்

சூழல் உணர்வு தேவைப்படுகிறது. எல்.இ.டி. பல்பு விளக்குகளைப் பயன்படுத்தி மின்சாரம் சேமிக்கலாமே.

12. *உணவு உண்ணுகையில் கவனம்!*

மரபணு இல்லாத உணவு கரிமகாய்கறிகள் வேதிப்பொருளில்லாத பால், உணவு வகை, நாட்டுமுட்டை, உரம் போடாத அரிசி, கோதுமை போன்றவை மட்டுமே உடலுக்கு நன்மைதரும். இத்தகைய நன்மை தரும் உணவுகளை மட்டும் நாம் பயன்படுத்துவோமே! இத்தகைய சுகாதார உணவு பழக்கங்கள் கடைபிடித்தல் பற்றி நம் குடும்பத்திலும் உணவில் அவ்வப்போது உரையாட வேண்டும்.

13. *மொத்தமாக பொருளை வாங்கலாமே!*

தனித்தனியாக பொருட்களை அவ்வப்போது வாங்குகையில், (உணவு, அழகு சாதனப் பொருட்கள்) அவற்றால் உருவாகும் காகித உறை, குப்பைகள் அதிகமாகும் தெரியுமா? எனவே ஓரளவிற்கு மொத்தமாக தேவைக்கேற்றபடி பொருட்களை வாங்கினால் வீண் குப்பைகள் குவியலைத் தவிர்க்கலாம்.

14. *கரிம உணவுப் பொருட்களை வாங்கலாம்!*

தேர்ந்தெடுக்கப்பட்ட கடைகளில், சான்றளிக்கப்பட்ட கரிம உணவுப் பொருட்கள், காய்கறிகளை வாங்க முயற்சி செய்யலாம். கரிம உணவுப்பொருள் பயிரிடும் விவசாயிகள், வளங்களை மறுசுழற்சி செய்வதால் மண்ணிலுள்ள சூழல் உயிரினங்கள் பாதிக்கப்படுவ தில்லை. இயன்றவரை கரிம உணவுப்பொருளை தேடலாம்.

15. *உள்ளூர் மற்றும் நம்நாட்டுப் பருவகால காய்கறி, பழங்கள் பயன்பாடு?*

வெளிநாட்டிலிருந்து பல மைல் பயணம் செய்து, நெடுநாட்களுக்குப் பிறகு நம் ஊர் பெரிய கடைகளுக்கு வரும் காய்கறி, பழங்களை தவிர்த்துவிடலாமே! உள்ளூர் கிராமங்களில் அவ்வப்போது பருவ காலத்திற்கேற்றவாறு பயிரிட்ட காய்கறி, பழங்களை சிறிய விவசாயிகள் வியாபாரிகளிடம் வாங்கி மகிழலாம்.

16. *உங்கள் சொந்த தோட்டம்! உங்கள் மகிழ்ச்சி!*

நாம் அனைவரும் தங்கள் வீட்டு பின்பகுதியில், அல்லது மாடிப் பகுதியில் சிறிய காய்கறி, மூலிகை, மலர்த் தோட்டம் அமைத்தல்

சூழலுக்கு மட்டுமல்ல, உங்களுக்கும் மகிழ்ச்சி தரும் வருவாயும் தரக்கூடியதாக அமையும்!

மேற்குறிப்பிட்ட பதினாறு செயல்முறைகளை அன்றாடம் நம் வாழ்வில் கடைப்பிடித்துப் புவியினை புரிந்துகொள்ள முயற்சி செய்ய வேண்டும். இத்தகைய நடைமுறைகளை நமது தேசிய பசுமைப்படை, சுற்றுச்சூழல் மன்ற மாணவ / மாணவியருக்கு பள்ளி ஒருங்கிணைப் பாளர்கள் கற்பித்தல் நன்று.

4. சுற்றுச்சூழல் நல சிந்தனைகள்

சுற்றுச்சூழல் பாதிக்கப்படும் நிலை அதிகமாக காற்று மாசு, நீர் மாசு, நிலமாசு, ஒளி மாசு ஆகியவற்றாலும், பறவை, வனவிலங்கு, வேட்டை போன்ற செயல்பாடுகளினாலும் ஏற்படுகிறது. இத்தகைய சுற்றுச்சூழல் அத்துமீறல்களை, குற்றங்களை சட்டபூர்வமாகத் தண்டிக்க, அவற்றின் மீது நடவடிக்கை எடுக்க பல்வேறு அரசு சட்டங்கள் ஏற்படுத்தப்பட்டுள்ளன.

1860ஆம் ஆண்டு பொதுமனித சுகாதார பாதுகாப்பு பற்றியும், அதில் 268ஆம் பிரிவின்படி நீர், நில, காற்று, மாசு குற்றமென தெரிவிக்கப்பட்டுள்ளது. நீர்ப்பகுதிகளான கடற்கரை பாதுகாப்பு சட்டம் 1853ஆம் ஆண்டும், வனப்பாதுகாப்பு சட்டங்கள் 1927ஆம் ஆண்டும் இயற்றப்பட்டன.

1972ஆம் ஆண்டு முன்னாள் பாரதப் பிரதமர் இந்திராகாந்தி அவர்கள் பங்கேற்ற ஸ்டாக்ஹோம் மாநாட்டின் அடிப்படையில் வனவிலங்கு பாதுகாப்பு சட்டம் உருவாக்கப்பட்டது. 1986ஆம் ஆண்டு சுற்றுச்சூழல் பாதுகாப்பு சட்டப்பிரிவு 2 (a) ன் படி நிலம், நீர், காற்று பற்றிய விளக்கம் அளிக்கப்பட்டு பிரிவு 24இல் குற்றங்கள், தண்டனைகள் பற்றி விளக்கங்கள் கூறப்பட்டுள்ளன.

பல்வேறு சுற்றுச்சூழல் மாசுபாடு குற்றங்கள், வனப்பொருள் கொள்ளை வேட்டைக் குற்றங்களுக்கு வனத்துறையும், நீதித்துறை, காவல்துறை, ஆகியன இணைந்து சட்டபூர்வமான அபராதங்களும், தண்டனைகளும் வழங்கும் நிலை உள்ளது. எனினும் இயற்கை, சுற்றுச்சூழல், வனவிலங்கு உயிரினப் பல்வகைமை பற்றிய முறையான விழிப்புணர்வு கல்வி மக்களுக்கு ஏற்பட்டால் மட்டுமே சுற்றுச்சூழல் முறையாகப் பாதுகாக்கப்படும்.

சட்டங்கள் மட்டுமே சுற்றுச்சூழல் பாதுகாப்பில் முன்னணி வகிக்க இயலாது. இந்தியாவின் பல்வேறு காடுகளில், மலைப்பகுதிகளில் மக்கள் விழிப்புணர்வு அடைந்து சுற்றுச்சூழல் பாதுகாப்பு செயல்பாடுகளை தாமே நேரடியாக துவக்கியுள்ளனர் என்பது மகிழ்ச்சிக்குரிய தகவல்.

நாகலாந்து மாநிலத்தில் கோனாமா என்ற காட்டுப்பகுதி கிராமத்தில் உள்ள அங்காமி என்ற பழங்குடியினர், 2000 ஹேக்டேர்

(20 ச.கி.மீ) பரப்பளவுடைய சரணாலயத்தினை முழுமையாக பாதுகாத்து, வேட்டையாடுதலையும் தடுத்துள்ளனர்.

ஒரிசா மாநிலத்தில் உள்ள தங்கேஜேரி கிராமத்தில் உள்ள மகளிர் ஒருங்கிணைந்து, வறண்ட பகுதியில் வனப் பகுதியினை மீண்டும் உருவாக்கினர் என்பது குறிப்பிடத்தக்கது. அத்தகைய காடுகளை உருவாக்கியது மட்டுமல்லாமல் அத்துமீறி களவாடப்பட்ட மரங்களை, வனத்துறை உதவியுடன் மீட்டதும் வியப்புக்குரிய செயலாகும்.

வனத்துறையின் புதிய கோட்பாடான கிராம மக்கள் இணைந்த வன மேலாண்மைத் திட்டம் பல்வேறு பகுதிகளில் செயல்படுத்தப் படுகிறது. கிழக்கு மகாராஷ்டிரா மாநிலத்தில் சந்திரபூர் மாவட்டத்திலிருந்து 25 கி.மீ. தொலைவில் சதாராதுகும் என்ற கிராமம் உள்ளது. இதனருகில் அந்தாரி புலி சரணாலயம் காணப்படுகிறது. இதனை பாதுகாக்க கூடுதலாக 285 ஹேக்டேர் பரப்புடைய காடு, சதாராதுகும் கிராம மக்கள் உதவியுடன் வளர்க்கப்பட்டது. கிராம மக்கள் பொருளாதார ரீதியாக, பயனடைந்ததுடன், இயற்கைச் சூழலும் அங்குப் பாதுகாக்கப்படுகிறது.

பொதுமக்கள் முறையாக விழிப்புணர்வு, இயற்கை சமநிலை பேணுதல் பற்றி அறியும் பொழுது அவர்களின் பங்கேற்பு நேரடி செயல்பாடுடையதாக அமைந்து விடுகிறது. மேலும் இத்தகைய விழிப்புணர்வு, பாடப்புத்தகங்கள் அல்லது நான்கு சுவருள்ள வகுப்பறைகளில் மட்டும் ஏற்படுத்தப்படுவதால், பயனில்லை. இயல்பாக, மனிதன் சுழலுக்கு உகந்தபடி, அவற்றின் பராமரிப்பு மேலாண்மை போன்றவற்றை இளமையிலிருந்தே அனுபவங்கள் மூலமாகப் புரிந்துகொள்ள வேண்டும்.

பின்னர் தான் அவர்கள் செயல்பாட்டில் ஈடுபட முடியும். 1991இல் இந்திய உச்சநீதி மன்றம் உணர்ந்து, சுற்றுச்சூழல் கல்வி முக்கியத்துவத்தினை ஏற்படுத்த நடவடிக்கைகளை மேற்கொண்டது. சுற்றுச்சூழல் பிரச்சினைகளை பள்ளிச் சிறுவர்கள் அறிந்துகொண்டு, சமுதாய விழிப்புணர்வுக்கு பாலமாக அவர்கள் அமைய இந்திய அரசு 2002ஆம் ஆண்டில் தேசிய பசுமைப்படைத் திட்டத்தினை, அனைத்து மாநிலங்களிலுள்ள பள்ளிகளில் துவக்கியுள்ளது.

தமிழ்நாட்டில் மாவட்டத்திற்கு 250 பள்ளிகள் வீதம் 7500 தேசிய பசுமைப்படை அமைப்புகள் அமைக்கப்பட்டு உள்ளன. மேலும்

ஒவ்வொரு மாவட்டத்திலும் 350 பள்ளிகளில் சுற்றுச்சூழல் மன்றங்கள் உள்ளன. இதில் பள்ளி மாணவர்கள் பங்கேற்று கருத்தரங்குகள், போட்டிகள், விழிப்புணர்வு செயல்பாடுகள், களப்பயணம் போன்றவற்றில் ஈடுபடலாம்.

சட்டங்களை வகுத்து சுற்றுச்சூழல் குற்றங்களை குறைப்பது ஒரு புறமிருந்தாலும், மக்கள் அனைவரும் சுகாதாரம் பேண, இயற்கைச் சமநிலை பாதுகாக்கப்பட சுற்றுச்சூழல் பாதுகாப்பு பற்றி உலகளவில் சிந்திப்போம்! ஊர் அளவில் செயல்படுவோம்!

5. உலக வனநாளில் ஒரு சிந்தனை!

இயற்கைச் சூழலில் வனங்களின் பாதுகாப்பு அவசியம் என்பதை பல்வேறு சூழலியல் ஆய்வுகளும், மானுடவியல் ஆய்வுகளும் தொடர்ந்து வலியுறுத்தி வருகின்றன. 1980ஆம் ஆண்டுகளின் துவக்கத்தில், உலக வெப்ப மண்டலக்காடுகளில் அழிவு ஓர் ஆண்டுக்கு பத்து மில்லியன் ஹெக்டேர் ஆகும். இதனால் புவியின் கார்பன்சுழற்சி, தட்ப வெப்பம், நீர் சுழற்சி ஆகியவற்றில் மாறுபாடு பாதிப்புகள் ஏற்பட்டு தாவர, விலங்கு சிற்றினங்கள் அழியும் நிலை ஏற்பட்டது. வன வளம் அதிகமாகப் பாதிக்கப்பட்டால் இயற்கைச் சூழலின் தரம் குறைந்துவிடும். பொருளாதாரப் பயன்களும் நெடுநாட்களுக்குக் கிடைக்காமல் போகலாம். வனங்கள் மழை மட்டும் தரவில்லை, பல்வேறு பொருளாதார பயனுடைய பொருட்களையும் தருகின்றன. மேலும் நில அரிப்பை தடுக்கின்றன. மண், நீர் சேமிக்க உதவுகின்றன. குளிர்ந்த தென்றலை உருவாக்குகின்றன. அரிய பறவை, விலங்குகளின் வாழிடமாகவும் அமைந்துள்ளன. பாதிக்கப்பட்ட காடுகளை மீட்பு செய்ய மக்கள் பங்கேற்புடன் மேலாண்மை செய்யப்பட வேண்டும். உயிரியல் உற்பத்தி செய்யும் வனங்களை மீட்டுருவாக்க அச்சூழலிலுள்ள தேவையற்ற பொருட்களை நீக்குதல் நன்று. சூழலில் வசிக்கும் மக்களின் வனத்தின் முக்கியத்துவம் பற்றிய அறிவு மேம்படுத்தப்பட்டு, திறன்களும் செம்மைப்படுத்தப்பட வேண்டும். வனச்சூழல் மீட்பு திட்டத்தில் செலவினம் என்ற வரம்புக்குட்பட்ட காரணி மிக முக்கியமானது. எனவே வனபாதுகாப்பு திட்டத்தினை உருவாக்குகையில் எதிர்கால பாதிப்புகளை எதிர்பார்த்து, அதற்கேற்ப செலவினம் மேற்கொள்ளப் படலாம். சூழலில் பாதிப்பு மதிப்பீடுகளை செய்வது போல், வன மீட்பு பணி மதிப்பீடுகள் கணக்கிடப்படலாம். இம்மதிப்பீட்டில் பொருளாதார செலவினம் மட்டுமல்ல, மீட்பினால் ஏற்பட்ட சமூக பலன்களையும் முக்கியமாகக் கருதவேண்டும்.

மாறிவரும் பொருளாதார சூழலுக்கேற்ப, வன பாதுகாப்புத் திட்ட முதலீட்டாளர்களுக்கு, வரி விலக்கு, மானிய உதவி போன்ற ஊக்கப்பலன்கள் அளிக்கப்பட்டால், அனைத்து தரப்பு மக்களின் வனமீட்பு ஆர்வம் அதிகரிக்க வாய்ப்புண்டு. வன பாதுகாப்பிலும், வனம் உருவாக்கத்திலும் ஏற்படும் பிரச்சினைகளை எதிர்கொள்ள அறிவியல் ஆய்வுகள், சமூக அமைப்பில் சில சோதனை கருத்துக் கணிப்புகள் மேற்கொள்ளப்பட வேண்டும். எனினும் அறிவியல் அறிஞர்களின்

ஆய்வு முடிவுகள் மட்டும் பிரச்சினைகளுக்கு தீர்வுகளாகக் கொள்ள இயலாது. வன வளங்களை நேரடியாக பயன்படுத்தும் பல்வேறு தரப்பு, சூழல் மக்களின் கருத்துக்கள், பயன்பாட்டு நிலை ஆகியவற்றையும் சமூக பொருளாதார அடிப்படையில் அணுக வேண்டும். வன வாழ் மக்கள், மலைசாதியினரின் பாரம்பரிய அறிவுத்திறனையும், நவீன தொழில்நுட்ப உத்திகளையும் ஒருங்கிணைத்து வன பாதுகாப்புப் பணிகளை மேற்கொள்ளலாம். ஹார்மன் என்ற அறிஞர் "வனபாதுகாப்பு விழிப்புணர்வு மக்களிடையே உருவாக்குவது மட்டுமல்லாமல், சமூக பொறுப்புணர்வினை உருவாக்கும் வகையில் வன நிர்வாகம் சட்டங்கள், கண்காணித்தல், நிதியுதவி போன்றவையினை மக்கள் பங்கேற்புடன் செயல்படுத்த முயலவேண்டும்" எனக் கூறுகிறார். பஞ்சாப், ஹரியானா மாநில அரசுகளின் வனத்துறை பண்ணைக் காடுகள் திட்டத்தினை சூழல் மக்களின் பங்கேற்புடன் சிறப்பாக செயல்படுத்தி வெற்றி கண்டுள்ளது. சதுப்பு நிலக்காடுகளாகிய அலையாத்திக்காடுகள் மட்டுருவாக்கத்தில் எம்.எஸ்.சுவாமிநாதன் ஆய்வு நிறுவனமும், கோயில் காடுகள் பாதுகாப்பு, மீட்டுருவாக்கத்தில் சென்னை சி.பி.ஆர். நிறுவனமும் நம் மாநில வனத்துறையுடன் ஒருங்கிணைந்து சிறப்பாக செயல்படுகின்றன. அறிவியற்பூர்வமான காரணிகளுடன் சூழல் மக்கள் தத்தம் வனப்பகுதியின் நிலைக்கேற்ப விழிப்புணர்வு பெறுதல் மட்டுமின்றி அரசுத்துறையுடன் இணைந்த வன மேலாண்மையிலும் ஈடுபடும்வகையில் வனப்பாதுகாப்பு நிச்சயமாக வெற்றி பெறும் என்பதில் அய்யமில்லை.

6. நீர் ஆதாரம் அறிவோமா?

உலக நீர் நாள் நாம் வாழும் பூமியின் மூன்றில் இரண்டு பாகம் நீராக உள்ளது. அனைத்து உயிரினங்களும் நீரையே தன் வாழ்வாதாரமாக நம்பியுள்ளன. உலகப் பொதுமறைகண்ட வள்ளுவன் "நீரின்றியமை யாதுலகு" என்றார். இந்நீரை நாம் விரயமாக செலவிடுவதை தவிர்த்தாலே இயற்கை வளங்களை எளிதாகப் பாதுகாக்க இயலும். இந்தியா மிக வளமான நீர் ஆதாரங்களை கடல், நன்னீர், ஓடை, ஆறு, ஏரி, குளங்கள் என பல்வேறு வாழிடங்களாக அமையப்பெற்றுள்ள நாடு ஆகும். 4.1. மில்லியன் ஹெக்டேர் அளவிற்கு நீர்ப்பரப்பு நம் நாட்டிலுள்ளது. இந்நீராதாரங்கள் நீரியல் சுழற்சியால் மீண்டும், மீண்டும் நீரைப் பெறுகின்றன. எனவே நீர்ப்படிவங்கள் உள்ள பூமிப்பகுதியில் பருவமழை பெய்கையில் அவை மீண்டும் ஈடுகட்டப்படுகிறது. நீரின் தேவையினை உணருகின்ற நாம் மழைநீர் சேகரிப்பு கட்டமைப்புகளை உருவாக்கி வருகின்றோம். எனினும் அவை முறையாக கட்டப்பட்டுள்ளனவா? என்பதை எண்ணிப் பார்த்தால் சற்று மனம் வருத்தப்படுகின்றது; மழைநீரின் மகத்துவத்தை உணர்ந்து அதற்கேற்றவாறு நிலையான கட்டமைப்புகளை உருவாக்க முயலுவோமா? வெள்ளம், வறட்சி இவ்விரண்டு நிலைகளிலும் முறையான நீர் மேலாண்மை அறிந்து கடைப்பிடித்தல் அவசியமாகும். இந்தியாவின் நீர்வள ஆதாரங்களை முறையாக பாதுகாக்க பல்வேறு அறிவியலறிஞர்கள் ஆய்வுகளை "தேசிய உயிரின பல்வகைமை வரைவு செயல்திட்டம்" என்ற அமைப்பின் அடிப்படையில் உருவாக்கி மேற்கொள்ளுகின்றனர். கங்கை நதியானது 29 மாநகரங்களையும், 48 சிறு நகரங்களைக் கடந்து 2740 கி.மீ. செல்வதால் தொழிற்சாலை, நகர கழிவுநீர் ஆகியவற்றால் மாசு அடைந்துள்ளது. இந்நீரில் 1985-86ஆம் ஆண்டுகளில் இருந்த நீரின் மோசமான நிலை தற்பொழுது சற்று மாறி ஓரளவிற்கு விரும்பத்தக்க நிலை அமைந்துள்ளதாக ஆய்வாளர் தெரிவிக்கின்றனர். எனினும் கங்கை டால்பின், கங்கை ஆற்று ஆமை போன்ற விலங்குகள் குறைந்து வருவது கவலைக்குரிய நிலை ஆகும்.

1367 கி.மீ. நீளம் உடைய யமுனை நதி மிக அதிகமாக மாசுபட்ட நீராதாரமாகும். டெல்லி நகரின் 68% குடிநீர் ஆதாரமாக விளங்கும் இந்நதி வீட்டுக்கழிவு மற்றும் தொழிலகக் கழிவினால் மாசுபட்டுள்ளது.

நம் தமிழ்நாட்டில் காவிரி 800 கி.மீ. தொலைவுடையது 5000 ச. கி.மீ. பரப்பு நீர்ப்பாசன பரப்பிற்கு வளம் தரக்கூடியது. இவ்வாறு மகாநதி, நர்மதா, அஸ்ஸாமின் பராக், பிரம்மபுத்ரா, திபெத்திலிருந்து உருவாகும் இந்துஸ் போன்ற வெவ்வேறு இந்திய நீர் வளங்கள் பல்வேறு வகையில் பாதிக்கப்பட்டுள்ளன.

மாசுபடுதல், இயற்கையாக செல்லும் வழிமாற்றம், உயிரினப் பல்வகைமை குறைவு, அத்துமீறி மீன்பிடித்தல், சுரங்கத்தொழில், அணைகள் அதிகமாகக் கட்டுதல், தேவையற்ற கால்வாய்கள் போன்றவை களால் நீர் ஆதாரங்கள் பாழ்படுகிறது.

நீராதாரங்களை பாதுகாக்கவும், மேலாண்மை செய்யவும், அரசின் தீவிர செயல்திட்டங்களுடன், பொதுமக்களின் விழிப்புணர்வு அவசியமாகும். அதிக வெள்ளம் வந்தால் அதனை சேமிக்க எதிர்வரும் கோடையில் குளம், ஏரி தூர்வார கிராம மக்கள், இளைஞர்கள், சமூக அமைப்புகள் ஒன்றிணைய வேண்டும்.

தனிப்பட்ட முறையில் நீர் சேமிக்க நாம் உறுதிகொள்வோமா?

★ பொது நீர்க்குழாய்களை ஒழுகாமல் இறுக்கமாய் மூடிவைக்க எண்ணம் கொள்வோம்.

★ பல்துலக்க, முகம் கழுவ, சிறிதளவு நீர் சேகரித்து பயன்படுத்துவோம்.

★ மேல்நிலை நீர்த்தொட்டி நிரம்பி வழியும் முன்னே பாதுகாத்தல் நன்று.

★ சமையலறை, குளியலறைக் கழிவு நீரை தோட்டத்துக்கு பயன்படுத்த இயலும்.

★ மழைநீர் கட்டமைப்பை சரியான முறையில் அமைத்திடலாம்.

★ எல்லாவற்றிற்கும் மேலாக நம் வருங்கால சந்ததியினருக்கு நீரின் அவசியம், மேலாண்மையினை முறையாகக் கற்றுத்தருவோம்.

நீர்நிறைந்த சதுப்புநிலங்கள் சுற்றுச்சூழலில் மிக முக்கியமான அம்சம் ஆகும். இந்தியாவின் சதுப்புநிலங்கள், குறிப்பாக குளங்கள், வாய்க்கால்கள், அலையாத்திக் காடுள்ள சதுப்பு பகுதிகள், வயல்பகுதி, மீன் வளர்ப்புக் குளங்கள் ஆகியவை இணைந்து 58.2 மில்லியன் ஹெக்டேர் ஆகும். இத்தகைய நீராதாரங்கள், மரம்வெட்டுதல் நீர்ப்போக்குவரத்து, மூழ்குதல், நீர்த்தரகுறைபாடு, நிலத்தடி நீர்க்குறைவு, புதிய தாவர சிற்றினங்கள் உள்ளூர் தாவர விலங்குகளை அழித்தல் ஆகிய காரணங்களால் அழிந்துவருகின்றன. தால்ஏரி, வூலார் ஏரி, ஹரிகேஏரி, சில்காஏரி, ஆந்திராவிலுள்ள கொல்லேரு ஏரி, பல்வேறு உப்பள கழிமுகங்கள், நம்

உள்ளூர் குளங்கள் ஆகியவை அழிகின்ற நிலையிலுள்ளன. இத்தகைய நிலையான நீராதாரங்கள் மட்டுமின்றி மிக நீளமான ஆறுகள், ஏரிகள் போன்றவையும் நீர்மாசு, இயற்கை நீர்ப்போக்குவரத்து மாற்றம் போன்றவற்றால் அதிகம் பாதிக்கப்பட்டுள்ளன. புனித நீரோட்டமாக மதிக்கப்படுகின்ற கங்கை, மேலும் மேலும் தொழிற்சாலை நச்சுக் கழிவுகளாலும், நகர வீட்டுக் கழிவுநீர் சாக்கடை பிரச்சினையினாலும் பாதிக்கப்பட்டிருக்கிறது. கான்பூர், அலகாபாத், வாரணாசி, பாட்னா, பகல்பூர், முர்சிதாபாத், பெர்காம்பூர், கல்யாணி, கல்கத்தா ஆகிய பெருநகரங்களில் கழிவுநீரகற்று நிலையங்கள் செவ்வனே செயல்படாததால், கங்கைநீரில் மாசுக்கள் கலக்கின்ற நிலை ஏற்பட்டுள்ளது. பல இடங்களில் இந்நீர் குடிக்க, குளிக்க தகுதியற்றதாகவே கருதப்படுகிறது. இந்த ஆற்றில் காணப்படும் உயிரினங்களின் எண்ணிக்கையும் குறைந்து வருகிறது. இத்தகைய அரிய நீராதாரங்களை பாதுகாக்க பல்வேறு திட்டங்களை அரசும், விஞ்ஞானிகளும் உருவாக்கி வருகின்றனர். தேசிய நீர்சார் சதுப்புநிலங்களை பாதுகாத்தல், அவற்றைப் பற்றிய தகவல்களை சேகரித்தல், திட்டமிடுதல் மற்றும் மேலாண்மை, சட்டபூர்வமான செயல்பாடு, ஒருங்கிணைப்பு ஆராய்ச்சி, விழிப்புணர்வு ஏற்படுத்துதல் ஆகிய பல்வேறு கூறுகளைக் கொண்ட செயல்திட்டம் நம் நீராதாரங்களை பாதுகாக்கும் என்று நம்புவோம். நீரின் சுகாதாரத்தைப் பற்றி எடுத்துக்கொண்டால் உலக சுகாதார நிறுவன அறிக்கையின்படி உலகம் முழுவதும் 120 கோடி மக்கள் நல்ல குடிநீர் இல்லாமல் துன்பப்படுகின்றனர். நீர் தொடர்பான நோய்களினால் 50 லட்சம் மக்கள் இறக்கின்றனர். குறிப்பாக 5 வயதுக்குட்பட்ட குழந்தைகள் 14 . 6 மில்லியன் இறக்கின்றனர். வயிற்றுப் போக்கினால் மட்டுமே 3 . 6 மில்லியன் குழந்தைகள் மரணமடைகின்றனர். எனவே குடிநீர் சுகாதாரமற்று விளங்கக்காரணம், மக்கள் தம் அன்றாட பழக்க வழக்கங்களே ஆகும். ஒவ்வொரு மனிதனும் தன் தேவைக்கு பயன்படுத்தும் நீரினையும், தமது பகுதியிலுள்ள நீராதாரங்களையும் மதிக்கக் கற்றுக் கொண்டால் மட்டுமே நாம் தூய குடிநீரைப் பெற இயலும். நீராதாரத்தில் நம் நாட்டிலுள்ள கடல் வளமும் ஒரு பெரும் பகுதியாகும். இக்கடல் வளம் நமக்கு 62% மீன் உற்பத்தியினைத் தருகிறது என்பது மிகுந்த வியப்பினை அளிக்கின்ற செய்தியாகும்.

1950 ஆண்டில் 0.5 மில்லியன் டன் மட்டுமே கடல்மீன் உற்பத்தியிலிருந்த நிலை மாறி 1997ஆம் ஆண்டில் 2 . 7 மில்லியன் டன் என்ற நிலையில் கடல் வளம் பாதுகாக்கப்பட வேண்டிய அவசியத்தை நாம் உணர இயலும். மீன்கள் மட்டுமல்ல, 724 சிற்றின பாசிவகைகள், எண்ணற்ற முதுகெலும்பற்ற உயிரினங்கள் குறிப்பாக 3370 வகை மெல்லுடலிகள்,

145 சிற்றினங்களைக் கொண்ட பறவைகள், 29 சிற்றின பாலூட்டிகள் ஆகியவை நம் கடல் சூழலின் முக்கிய அங்கமாகத் திகழ்கின்றன. தேசிய அளவில் சில கடல் சரணாலயங்களாக அந்தமான் மகாத்மா காந்தி கடல் சரணாலயம், குஜராத் கச்வளைகுடா, ஒரிசாவின் பிதார்கனிகா, காகிர்மாதா, மன்னார் வளைகுடா, கோடியக்கரை, புலிகாட்ஏரி போன்றவை பாதுகாக்கப்பட்டு வருகின்றன. கடல்நீர்வளம், உள்நாட்டு நீர்வளமான ஆறு, ஏரி, குளம் போன்றவையும், தற்பொழுது மாநில அளவிலும், தேசிய அளவிலும் பிரச்சினைகளால் பாதிக்கப்பட்டு வருகின்றன. அரசுத்துறைகள், நீதிமன்றங்கள், நடுவர் மன்றங்கள் பல்வேறு தீர்வுகளை அளித்து வருகின்றன. எனினும் ஒவ்வொரு மனிதனும் இயற்கை வழங்கிய அருட்கொடையான நீர் எவ்வளவு மதிப்பு மிக்கது என்பதனை உணர்ந்து அதனை பாதுகாத்தலிலும், மாசுபடாமல் சேமித்தலிலும், பங்கிடுவதிலும் அக்கறை கொள்வது அவசியம் ஆகும். மனிதநேயம் கொண்டு நீர் உயிரின் ஆதாரம் என்ற எண்ணம் கொள்ளவேண்டும். நீர்வளம் பாதுகாப்போம்! நிலத்தடி நீர் சேமிப்போம்!

7. இயற்கை உணர்வீரே! இளம் குழந்தைகளே!

நம் நகர இல்லங்களின் வரவேற்பறையில் அழகிய இயற்கைக் காட்சி சுவர் படங்கள், அலமாரிகளிலும், பிளாஸ்டிக் வண்ண கொத்து மலர்கள், தொட்டிகளில் அழகு குரோட்டன்ஸ், போன்சாய் குட்டைச்செடிகள்! இயந்திர மயமான நகர மாநகர வாழ்க்கையிலிருந்து விடுபட எதிர்வரும் கோடை விடுமுறையில் குற்றாலம், ஊட்டி, கொடைக்கானல் சுற்றுலா அங்கும் கொஞ்சம் மிச்சமாயிருக்கும் இயற்கை அழகை, அவசரமாய் அனுபவித்துவிட்டு திரும்பவும் நாம் இயற்கையின் விந்தை, குளிர்ச்சி, அழகிய வண்ண மலர்கள், பறவைகள் போன்றவற்றைப் பற்றிய உணர்வினை நம் குழந்தைகளுக்கு ஊட்டி வளர்க்கிறோமா? உயிரியல் - இயற்கை பாடத்தை பள்ளியில் படித்தாலும் அவை மனப்பாடக் கல்வியாக, தவறாகக் கருதப்படுகிறதே தவிர! உணர்வு பூர்வமான செயல்பாடுடைய கல்வியாக மாறவில்லை. உயிரின வண்ணத்தை, அழகினை ரசிக்க, போற்ற நேரமில்லையா? தாவர, விலங்குகள் நம் சகோதரர்கள் என்பதனை உணர்ந்து அவற்றின் மென்மையினை நேசிக்கக் கற்றுத்தரலாமா? பச்சை வண்ண மரங்களும், பல வண்ணப்பறவை, விலங்குகளும் உலகின் சமநிலைக்கு தேவையென்பதை நம் குழந்தைகளுக்கு அறிவுறுத்தலாமே! நம் மத நம்பிக்கை, புராணங்கள், நாட்டுப்புறக்கதைகள் போன்றவை ஐம்பெரும் பூதங்களான நீர், நிலம், வானம், காற்று, தீ ஆகியவற்றை கடவுளர்களாகக் கருதி வழிபட உதவி செய்துள்ளன. இந்தியாவில் மட்டும் காணப்படும் 15,000 தாவரச்சிற்றினங்கள், 500 பாலூட்டி வகைகள், 1230க்கு மேல் பறவை சிற்றினங்கள், 220 பாம்பு சிற்றினங்கள், 150 வகை ப;லலிகள், 30 ஆமை வகைகள், 3 முதலை இனங்கள், 142 நீர் நில வாழ்விகள், 105 நன்நீர் மீன்வகை போன்ற உயிரினப் பல்வகைமை ஆசியாவின் வேறெந்தப் பகுதியிலும் கிடையாது. வனத்துறை பல்வேறு திட்டங்களை மேற்கொண்டாலும், தனிமனித இயற்கைப் பாதுகாப்பு உணர்வு மேலும் மேம்பட வேண்டும். இயற்கைச் சூழலில் மரங்களின் பங்கு, அவற்றை நம்பியுள்ள பறவைகள், பூச்சிகள் இனங்கள் எத்தனை? மரத்தின் மூலமாக வெளியேற்றப்படும் ஆக்சிஜன் அளவு எவ்வளவு? அதன் பொருளாதார மதிப்பினை நாம் சிந்தித்திருக்கிறோமா? அரிய தாவர

இனங்கள், விலங்கினங்கள் அழிகின்ற செய்திகள் நமக்கு பேரதிர்ச்சியினை உருவாக்குகின்றன. உயிரினக்கோளத்தில் சமீபத்தில் ஏற்பட்ட பயங்கர மாற்றங்களுக்கு மனித இனத்தின் அலட்சியம், அறியாமை போன்றவையே காரணம் ஆகும் என அறிவியலறிஞர்கள் கூறுகின்றனர். ஒவ்வொரு நாளும் இயற்கைச் சூழலில் மரமழித்தல், பறவைவேட்டை நிலத்தடி நீர் குறைபாடு, மாசுபாடு, பிளாஸ்டிக் மாசுபாடு ஆகியவை அதிகரித்து புவியினை குப்பை மேடாக ஆக்கி வருகின்றது. ஓசோன் படல அறிவு ஏற்பட்டு பூமி வெப்ப கோளமாக மாறி வருகிறது. இந்நிலையில் அரசு சுற்றுச்சூழல் விழிப்புணர்வினை ஊட்ட அனைத்து பள்ளிகளிலும் தேசிய பசுமைப் படை என்ற அமைப்புகளை உருவாக்கி வருகிறது. அதில் நம் குழந்தைகளை இணையச் செய்து இயற்கை வளம் பற்றியறிந்து முறையாக பாதுகாக்கும் நடவடிக்கைகளை உருவாக்க செயல்திட்டத்தினையும் அமைக்கலாம்.

எனவே இளம் வயதில் உருவாக்கப்படும் இயற்கை நலப் பாதுகாப்பு எண்ணம் இறுதிவரை உள்ளத்தில் இருக்கும் என்பதில் அய்யமில்லை.

8. காற்றுக்கேன் வேதனை?

காற்று நம் இயற்கை தந்த இனிய வரம்! சுற்றுச்சூழலில் ஒரு முக்கிய மூலக்கூறு! பாட்டுக்கொரு புலவன் பாரதியார் "கடற்காற்று நல்லது, வான்காற்று நன்று, ஊர்க்காற்றை மனிதர் பகைவனாக்கி விடுகின்றனர்... காற்றுத்தேவனை வணங்குவோம்!" என அன்றே காற்றின் முக்கியத்துவத் தையும், அது மாசுபடுதலையும் விளக்கி கவிதை பாடுகிறார். ஆனால், தென்றல் சமீபகாலமாக அதிக மாசுபாடு அடைந்து காற்றுத்தேவன் மூச்சடைத்து திணறுகிறானே! காரணம்! நம் மனித நடவடிக்கைகளால் கரியமிலவாயு, குளோரோ புளூரோ கார்பன் வாயுக்கள் குறிப்பிட்ட அளவு காற்றில் கலந்து சூரியஒளி அகச்சிவப்புக் கதிர்களை வளிமண்டலத்தில் நிலை நிறுத்திவிடுகின்றன. இதனால் புவி, வளிமண்டலம் ஆகிய இரண்டுமே சூடாகத் தொடங்குகின்றன. உலகில் வெளியிடப்படும் மொத்த மீத்தேன் வாயு 20% (1 வருடத்திற்கு 110 மில்லியன் டன்) நெற்பயிர்களிலிருந்து உருவாகி தட்பவெப்ப நிலையில் வெப்பத்தை அதிகரிப்பதில் முன்னணி வகிக்கிறது. வளிமண்டலத்தில் காணப்படும் மேற்படலமான ஓசோன்படலம் நைட்ரஜன் ஆக்ஸைடு, சல்பேட், குளோரின் போன்ற வாயுக்களால் பாதிக்கப்பட்டு அழிந்து வருகிறது என்பதை, 1988ஆம் ஆண்டு அறிவியல் வல்லுநர் விளக்கியுள்ளார்.

காற்று மாசுபடக் காரணம் மனித நாகரிக மேம்பாட்டு வாழ்க்கை முறைகள் என்றால் அது மிகையல்ல. மோட்டார் வாகனங்கள் இம்மாசுக்களின் பெருக்கத்திற்கு முக்கிய பங்கினை வகிக்கின்றன. புகை, கார்பன் மோனாக்சைடு, ஈயம், சல்பர்டை ஆக்சைடு போன்றவை மனிதர்கள், தாவரங்கள் போன்றவற்றிற்கு அதிக தீமை விளைவிக்கின்றன. 2020ஆம் ஆண்டில் இந்தியாவில் கந்தக டை ஆக்சைடு 315% அதிகரிக்கும் என உலக வங்கி அறிக்கையில் குறிப்பிட்டுள்ளது. இதனால் கந்தக அமில மழை பெய்யக்கூடிய நிலை ஏற்பட்டு நம் நாட்டின் மண்வளம், மனிதவளம் ஆகியவன முழுமையாகப் பாதிக்கப்படலாம். உலகில் அதிகமாக கரியமிலவாயு வெளியேற்றம் செய்கின்ற நாடுகளான அமெரிக்கா, சீனா, ரஷ்யா, ஜப்பான் ஆகியன ஆகும். அடுத்ததாக தொழிற்சாலை மாசுக்களில் உள்ள தூசித்துகள்கள் மிக முக்கியமானதாகும். காற்றில் உமிழப்படும் தூசித்துகள் அளவு 10 மைக்ரானுக்கும் மேலே அமைந்தால் அவை தாவரங்கள்மீதும், தரைமீதும், நீர்ப்பரப்பின் மீது படிகின்றன. 10 மைக்ரானுக்கும் குறைவாக தூசியளவு இருப்பின், அவை

புவித்தரைக்கு வரும் சூரிய கதிர்களை தடுத்துவிடுகின்றன. தனிமனிதனுக்கும் தூசிமாசு உடலில் அரிப்பு, தடிப்பு, தும்மல், சளி, உடலியக்க சோர்வு, சுவாசக் கோளாறுகள் போன்றவையினை ஏற்படுத்துகிறது. இயற்கையான நீர்நிலைகளில் காற்று மாசுக்களிலுள்ள ஈயம் கலந்து குடிநீரையும் நிலத்தடி நீரையும் மாசுபடுத்துகிறது. வளிமண்டலத்திலும், தட்பவெப்ப நிலையிலும் மாற்றம் ஏற்படுத்தும் காற்று மாசுக்களை கட்டுப்படுத்த மரக்கன்றுகளை நடவேண்டும். குறிப்பாக புங்கைமரம், வேப்பமரம், அசோக - நெட்டிலிங்கமரம், அரசமரம் போன்றவை மிகச் சிறப்பானவை. இத்தாவரங்களிலுள்ள இலைத் துகள்கள் காற்று மாசுக்களை உறிஞ்சிக் கொள்கின்றன. தொழிற்சாலைகளில் உயரமான புகைப்போக்கிகளும் அவற்றைச் சுற்றியுள்ள கட்டடங்களின் உயரத்தை விட 2 . 5 மடங்கு அதிக உயரம் கொண்டவையாக அமைந்து இருக்க வேண்டும். வாகனங்களின் இஞ்சின்களின் இயக்குதிறன் மாற்றப்பட வேண்டும், எரியாத வாயுப்புகை முறையாக வெளியேறுதல், எரிபொருளின் தன்மை போன்றவைகளில் மாற்றத்தினை உருவாக்குதல் அவசியம் ஆகும். காற்று மாசுபாட்டின் அடிப்படைக் காரணங்களான திட்டமிடப்படாத, விகிதாச்சார அடிப்படையில் அமையாத தொழில்மயம், நகர் மயம் மற்றும் வாகனப்பெருக்கம் ஆகியவையே ஆகும். சுற்றுச்சூழலின் முக்கிய அம்சமான காற்றினை தூய்மையாக வைத்துக்கொள்ள தனி மனிதர்களாகிய நாம் என்ன செய்ய வேண்டும்.

★ குப்பைகளை, இலை தழைகளை, எரிக்கக்கூடாது. அவற்றை உரமாக மாற்றவேண்டும்.

★ புகைபிடித்தலை தவிர்த்தல் (குறிப்பாக பொதுவிடங்களில்) மிக நன்று.

★ வீடுகள்தோறும் மரக்கன்றுகளை நட்டு, கரியமில வாயுவின் அளவினை வளிமண்டலத்தில் குறைக்க வேண்டும்.

★ போகிப் பண்டிகை தினத்தன்று கழிவுகளான பிளாஸ்டிக் பொருட்களை, பாலிதீன் பைகளை எரிக்காமல் மீள் சுழற்சி செய்யவேண்டும்.

★ மோட்டார் வாகனங்களைப் பயன்படுத்துவதிலும், பராமரிப்பதிலும் சூழல் நெறிமுறைகளைப் பின்பற்ற வேண்டும்.

★ கிராமங்கள் தோறும் பாதுகாப்பினை புகை உமிழா அடுப்புகளைப் பயன்படுத்த விழிப்புணர்வு ஏற்படுத்தப்பட வேண்டும்.

★ வீடுகளுக்குள் காற்றோட்டம் நன்றாக இருக்குமாறு அமைக்க வேண்டும்.

★ மருத்துவமனைகள் தம் மருத்துவக்கழிவுகளை தனியே எரித்தல் மூலம் அழிப்பதும் நன்று.

பொதுவாக சுற்றுப்புறச்சூழல் பாதுகாப்பு என்பதனை அனைத்துத் தரப்பு மக்களும் சிந்தித்தல் நன்று. இதன் அவசியத்தினை எதிர்கால தலைமுறையினருக்கும் உணர்த்தல் நன்று. சுற்றுச்சூழல் நெறிமுறைகளை அறிவோம்! பாதிப்புகள் வருமுன் காப்போம்! காற்றுக்கேன் வேதனை? காற்றுக்குத் தரும் வேதனை நமக்கே திரும்பும் என்பதை உணர்வோமா?

9. நிலம் நலம் பெறுமா?

இந்த வாழிடமான நிலம் பாதுகாக்கப்பட வேண்டிய அவசியத்தை உணரவேண்டிய நாள்! உலக சுற்றுச்சூழல் நாள் மட்டுமல்ல ஒவ்வொரு நாளும் ஆகும்! அனைத்துயிர்களுக்கும் நிலம், நீர், காற்று ஆகியவைகளே ஆதாரமாகும். பாறைகளை வெப்பம், குளிர்ச்சி, பனி, மழை, காற்று போன்றவை தாக்கியதால் விளைந்தது மண். இதில் கனிமத்தூள், ஊட்டச்சத்துகள், அங்ககப் பொருள் என்பன கரைந்துள்ளன. ஒரு சென்டிமீட்டர் மண் உற்பத்தியாக ஒரு நூற்றாண்டு கூட ஆகலாம். மக்களின் தேவைக்காக உணவு, உடை, உறையுள் ஆகியவற்றை உற்பத்தி செய்ய இயற்கைத் தாவரங்களை அழித்து நிலமாக்கப்பட்டது. எனினும் உற்பத்தியாகும் மண்ணின் அளவைவிட, மண் இடம் பெயர்தலும், மண் அரிமானமும் நடைபெற்று வருகிறது. 145 மில்லியன் ஹெக்டேர் பரப்பில் விவசாயம் செய்யும் இந்தியாவில் வீணாகும் மண்ணின் அளவு 4700 மில்லியன் டன், 170 மில்லியன் பரப்பில் பயிரிடும் அமெரிக்காவில் வீணாகும் மண் 1500 மில்லியன் டன் மட்டுமே. மண் அரிமானத்தினால் மண்ணுடன் அதில் அடங்கியுள்ள ஊட்டச்சத்துக்களும் இழக்கப் படுகின்றன. ஒரு டன் மண்ணுடன் 4 கிலோ தழைச்சத்தும், 1 கிலோ மணிச் சத்தும், 20 கிலோ சாம்பல் சத்தும் 1 கிலோ கால்சியம் ஆக்சைடும் இழக்கப்படுகிறது. நிலச்சீர்குலைவு என்பது நீர்த்தேங்குதல், வண்டல்மண் படிதல் போன்றவையாகும்.

கனிமம் தோண்டுவதனாலும், தொழிற்சாலைக் கழிவு தேங்கி நிலத்தின் தன்மையினை கெடுக்கிறது. நிலச்சரிவு, குடியிருப்பு கட்டுதலினால், காடழித்து விவசாயம் மேற்கொள்வதனாலும், நிலம் பாதிக்கப்பட்டு அங்குள்ள விலங்குகள், பறவைகள் அழிகின்றன. அருமையான நிலப்பரப்பினை மாசுபடுத்தும் பொருட்கள் தொழிற்சாலைக் கழிவு நீர் மட்டுமல்ல, தொழிற்சாலை கழிவுசகதி, உணவுக்கழிவுகள், உயிர்மருத்துவக் கழிவுகள், உயிரினம் சிதைவடைதல், கண்ணாடி, பீங்கான், பி.வி.சி. குழாய்கள், பாலிதீன், தீங்குதரும் கழிவுகளான கன உலோகங்கள், வேதிப் பொருட்கள், உரங்கள், கதிரியக்கக்கழிவுகள், இன்னும் எத்தனை? எத்தனை? நம் நாகரீக வாழ்வில் பயன்படுத்தும் பயன்பாடு செய்த பிறகு தூக்கியெறியும் பிளாஸ்டிக் பேனாக்கள்! அழகு சாதனப் பொருட்கள் போன்றவைகூட நிலமாசுவை ஏற்படுத்துகின்றன. இத்தகைய நில மாசுக்கள் குறிப்பாகத் தொடர்ந்து கொட்டப்படும் தொழிற்சாலை சகதி மூலம் மண்ணின்

துளைகள் அடைக்கப்பட்டு மண்ணில் புகும் காற்று தடுக்கப்படுகிறது. கதிரியக்கக் கழிவுகள் மண்ணின் வளத்தன்மையினை பாதித்து தாவரங்களை அழிக்கின்றன. உரங்கள் மற்றும் பூச்சிக்கொல்லிகள் அதிகமாக நிலத்தில் பயன்படுத்தப்படுகையில், நிலத்தடி நீரைப் பாதித்து பல்வேறு தொற்றுநோய்களை உருவாக்குகின்றன. இவ்வாறு பல்வேறு பிரச்சினைகள் நிலமாசுபடுதலால் உருவாகினாலும் அவற்றைப் பாதுகாக்க பல்வேறு வழிமுறைகளும் கடைப்பிடிக்கப்படலாம். தொழிற்சாலை கழிவுகளுக்கு முறையான மாசுகட்டுப்படுத்தும் கருவிகள் மூலம் அவற்றை குறைத்து சரிசெய்ய இயலும். திடக்கழிவுகளை குறிப்பாக உயிரிய சிதைவடையும் கழிவுகளை கரிம உரமாக மாற்றலாம். பிளாஸ்டிக் மாசு போன்றவற்றை மீள்பயன்பாடு, மீள்சுழற்சி மூலம் தீர்வு காண இயலும். தரிசுநிலங்கள் என்ற பயனற்ற குறைபாடுடைய நிலங்கள் அவற்றின் தவறான பயன்பாட்டால் சத்துக்குறைந்து உற்பத்தியும் குறைந்தது. இதனை சரி செய்யாவிட்டால் பாலைவனமாக்கும் நிலை ஏற்படும். தமிழ்நாட்டில் 20845 சதுர கி.மீ. நிலம் பயனற்றதாக உள்ளது. குறிப்பாக திருநெல்வேலியில் 2.64 லட்சம் ஹெக்டேர், தொடர்ந்து ஈரோடு மாவட்டம் 2.03 லட்சம் ஹெக்டேர் ஆகியவற்றில் தரிசு நிலங்கள் காணப்படுகிறது. விழுப்புரம், திருவண்ணாமலை, கோவை, திருச்சி, கரூர், புதுக்கோட்டை, திண்டுக்கல், விருதுநகர், சிவகங்கை, தூத்துக்குடி மாவட்டங்களிலும் 1 லட்சம் ஹெக்டேர் தரிசு நிலங்கள் உள்ளதாக தகவல்கள் உள்ளன. அரசுத் துறைகள் காடுகள் வளர்த்தல் மூலமாகவும், தடுப்பு அணைகள், கசிவுநீர் குட்டைகள் மூலமாகவும் தரிசு நிலங்களை வளமுள்ளதாக மாற்ற பல திட்டங்களை மேற்கொள்ளுகின்றன. எனினும் நிலத்தினை மாசுபடுத்தாமலிருக்கவும், பாதுகாக்கவும், தனிமனிதர்கள் என்ன செய்யலாம்?

★ குப்பைகளை முறையாக நீக்கம் செய்யலாம்.

★ திடக்கழிவு - உயிரிய சிதைவடையக் கூடிய கழிவுகளை உரமாக மாற்றலாம்.

★ தேவையற்ற பொருட்களை சேகரிக்கும் நுகர்வுத்தன்மையினை குறைத்துக் கொள்ளவேண்டும்.

★ நிலத்திற்கு ஏற்ற பயிர்களைப் பயிரிடுதல்.

★ மரக்கன்றுகள் நட்டு மண்வளத்தினைப் பெருக்குவோம்.

10. கடல்வளப் பாதுகாப்பு

இந்தியாவின் கடற்கரையின் நீளம் 7517 கி.மீ. ஆகும். இந்தக் கடல் வளத்தினைப் பாதுகாக்கவும், முழுமையாகப் பயன்படுத்தவும் முறையான பல்வேறு திட்டங்களை இந்திய அரசும், மாநில அரசின் வனத்துறையும் தொடர்ந்து செயல்படுத்தி வருகின்றன.

இயற்கை வளங்களில் காடு, மலை, கடல் ஆகிய மூன்றில் மிக அதிசயத்தக்க உயிரினங்களை நம்முடைய கடல் சூழல் கொண்டு அமைந்துள்ளது. வெவ்வேறு வகை மீன் இனங்கள், மெல்லுடலிகள், முல்லுடலிகள், பாலூட்டிகள், இறால்கள் கடல் தாழைகள், கடல் புற்கள், கடல் ஆமைகள், கடல் பாம்புகள் போன்றவை இங்கு அதிகமாகக் காணப்படுகின்றன.

கடல் வளத்திலிருந்து கிடைக்கக்கூடிய அதிக புரதச்சத்து நிறைந்த மீன்கள், மெல்லு டலிகள் தொடர்ந்து நம் பகுதி கடலில் கிடைத்தாலும் அவற்றின் இனப் பெருக்கம் அடைந்து நீடித்த நிலையான வளர்ச்சியினை (sustained development) நம் கடல் சூழல் பெற வேண்டும்.

தமிழ்நாட்டின் கடற்கரை நீளம் 1076 கி.மீ. ஆகும். வங்காள விரிகுடாக்கடலில், சோழ மண்டல கடற்கரையை நமது மாநிலத்தின் 13 மாவட்டங்களில் காணலாம்.

இக்கடற்கரையில் அதிகபட்ச நீளம் கொண்ட மாவட்டம் (236 கி.மீ.) ராமநாதபுரம் ஆகும். சென்னை மிக குறைந்தபட்ச (19 கி.மீ.) நீளம் கொண்ட கடற்கரை ஆகும். இக்கடற்கரையில் 43% மட்டுமே மணல் சார்ந்தவை யாகும். 11% பாறைப் பகுதியாகவும் 46% சேற்று மண் கலந்த நிலங்களாகக் காணப்படுகின்றன.

நமது தமிழ் நாட்டின் கடற்கரைகளில் சூழல் முக்கியத்துவம் நிறைந்த பகுதிகளாக திருவள்ளூர் மாவட்டத்தின் பழவேற்காடு ஏரியின் கழிமுகப் பகுதி. கடலூர் மாவட்ட பிச்சாவரம் அலையாத்திக் காடுகள், நாகப்பட்டினம் மாவட்டத்தின் வேதாரண்யம், முத்துப்பேட்டை, அலையாத்திக் காடுகள் ராமநாதபுரம் மாவட்டத்தினைச் சேர்ந்த மன்னார் வளைகுடா ஆகிய பகுதிகள் கருதப்படுகின்றன. இதில்

அலையாத்திக் காடுகள் மிக அதிகமாக முத்துப்பேட்டையில் 12,000 ஹெக்டேர் அளவில் அமைந்துள்ளது.

தமிழ்நாட்டின் தஞ்சாவூர் மாவட்டத்தினைச் சேர்ந்த பட்டுக்கோட்டை, ராஜாமடம் என்ற ஊரின் அருகில் வெளிவயல் கிராமத்தில் "ஓம்கார் பாக் வளைகுடா கடலாய்வு சூழல் கல்வி மையம் இந்நிறுவனம் கடல் சூழல் ஆய்வு, சூழல் களப் பயணக்கல்வி, பள்ளிகளில் சுற்றுச்சூழல் விழிப்புணர்வு, கடல் சூழல் பாதுகாப்பு பற்றிய கல்வி செயல்பாடுகள் ஆகியவற்றை மைய நோக்கங்களாகக் கொண்டு செயல்பட்டு வருகிறது.

அலையாத்திக் காடுகள், மணற்பாங்கான வெப்பமான கடற்கரை போன்றவை சூழ்ந்துள்ள வெளிவயல் கிராமப் பகுதியினை சுற்றுப் பகுதியாகக் கொண்டுள்ளது. முற்றிலும் மீனவ குடும்பங்களோடு இணைந்து சிறுபான்மையான விவசாய தொழிலாளர்கள் நிறைந்த ஊராக இக்கிராமம் அமைந்துள்ளது.

ஓம்கார் கடற்பாதுகாப்பு மையத்தின் ஆராய்ச்சிப் பிரிவு, இந்நிறுவன கடல்சார் உயிரின ஆராய்ச்சியாளர்கள் ஒருங்கிணைப்புடன் இயங்கி வருகிறது. இக்கடற்கரைப் பகுதியில் அமைந்துள்ள மீன்கள், கடற்தாழைகள் பற்றியும் ஆய்வு மேற்கொள்கின்றனர். அலையாத்திக் காடுகளுக்கான குறிப்பிட்ட தாவரம் "அவிசீனியா" உற்பத்தி செய்து சிறு தோட்டத்தினை உருவாக்கி, பின்னர் அவற்றை கடற்கரைப்பகுதிகளில் நடவு செய்து காடுகளை உருவாக்கி வருகின்றனர்.

மேலும் இப்பகுதி கடற்கரை கடற் பாலூட்டி இனங்களில் ஒன்றான "கடற்பசு" (Dugong) வாழிடமாக அறியப்பட்டுள்ளது. அரிய தாவர உண்ணி விலங்கான இவ்வுயிரினத்தினைப் பாதுகாக்க மாநில வனத்துறையுடன் இணைந்து, விழிப்புணர்வு ஆய்வுப் பணிகளும் மேற்கொள்ளப்படுகின்றன.

இம்மையத்தின் சுற்றுச்சூழல் கல்வி பிரிவின் மூலமான கடற்கரைப் பகுதி மீனவர்களுக்கும், பள்ளிக் குழந்தைகளுக்கும், இளைஞர்களுக்கும், கடற்சூழல், விலங்குகள் மீன்களின் முக்கியத்துவம், பாதுகாத்தல் பற்றிய விழிப்புணர்வு செயல்பாடுகளை மேற்கொள்ளப்பட்டு வருகின்றன. கடலோரப் பகுதி உயிரினங்களுக்கான, அருங்காட்சியகம் ஒன்று உருவாக்கப்பட்டு பள்ளி, கல்லூரி மாணவர்கள், நமது கடற்கரை சூழல் பற்றி அறிவதற்கும், களப்பயணங்கள் மூலமாக பள்ளி, மாணவ மாணவிகளுக்கு கடற்கரை சூழலின் பாதுகாப்பு பற்றிய கருத்தரங்குகளும், ஏற்பாடு செய்தும் வருகின்றனர்.

தமிழ்நாட்டில் உள்ள அனைத்து வகைப் பள்ளிகளில் உள்ள தேசிய பசுமைப்படை / சுற்றுச்சூழல் மன்றங்களின் மாணவ / மாணவிகள் கல்லூரி, மாணவ மாணவிகள், ஆசிரியர்கள் அனைவரும் கடல்சூழல் பாதுகாப்பில், நம் இளைய தலைமுறை முறையான விழிப்புணர்வு அடையவும், நமது இந்திய இயற்கை வளங்களைப் பாதுகாக்கும் வனத்துறை, சுற்றுச்சூழல் துறை, மீன்வனத்துறை ஆகிய அரசுத்துறைகளுடன் கைகோத்து உள்ளூர் மீனவ சமுதாயத்திற்கும் வழிகாட்டியாக விளங்கும். இதுபோன்ற கடலாய்வு மையங்கள் சிறப்பாகப் பணியாற்றி வருவதை அறிவுக்கண் பாராட்டுகிறது.

11. தேசிய பசுமைப்படை தேடிச்சென்ற கோடியக்கரை

தஞ்சாவூர், திருவாரூர், நாகை மாவட்ட தேசிய பசுமைப்படை மாணவர்கள் முப்பது நபர்கள், பத்து ஆசிரியர்களுடன், மாவட்ட ஒருங்கிணைப்பாளர்கள் நால்வர் இணைந்து கோடியக்கரை வனவிலங்கு சரணாலயம் தேடிச் சென்றோம்!

இச்சரணாலயம் நாகப்பட்டினம் மாவட்டம், வேதாரண்யம் என்ற ஊரின் அருகிலுள்ளது. சென்னை சி.பி.ஆர். சுற்றுச்சூழல் கல்வி மைய அலுவலர் வழிகாட்ட, 05-10-17 மாலை சரணாலயத்தினை சென்று பார்வையிட்டோம். தமிழ்நாட்டின் கிழக்கு கடற்கரையில் காணப்படும் இக்காடுகள் வடக்கு கிழக்கு பகுதியில் வங்காளவிரிகுடாவும், தெற்கு பகுதியில் பாக்ஜலசந்தியும் கடலாக எல்லையிட்டு அமைந்துள்ளது!

ஆம் மாணவர்கள், அங்குள்ள கலங்கரை விளக்கத்தின் உச்சியில் ஏறி, கடற்பரப்பையும், காடுகளையும் பறவைப் பார்வையாகக் கண்டதில் எவ்வளவு குதூகலம்! வெப்பமண்டல பசுமை மாறாக்காடுகள் வகையில் சேர்க்கப்பட்டுள்ள இங்ஙனம், 300க்கு மேற்பட்ட தாவர சிற்றினங்களைக் கொண்டுள்ளன. அவற்றில் 53%க்கு மேல் செடிகளாக உள்ளன. அலையாத்திக்காடுகளும், கடற்கரைக்காடுகளும் இங்குள்ளன. இக்காடுகளை மாலை மயங்கும், அந்தி நேரத்தில் காணுகையில் அங்குத் திடீரென்று கரும்புகை போல படர்ந்து வந்தன. வெளவால் கூட்டம்! ஆம் வெளவால்கள் கிழக்குப் பகுதியிலிருந்து மேற்கு நோக்கி இரவுப்பயணம்! ஆம்! ஆயிரக்கணக்கில் பழந்தின்னி வெளவால்கள் பறந்து சென்ற காட்சியினை மாணவர்கள் கண்டு மகிழ்ந்தனர்! 12 சிற்றினங்களைக் கொண்ட வெளவால்கள் 114 வகை தாவரங்களின் மகரந்த சேர்க்கைக்கும் விதை பரவலுக்கும் உதவுகிறது. அழியும் இனத்தில் விரைவில் வெளவால் சேர்ந்துவிடுமோ? என்ற அச்சம் தரக்கூடிய விலங்கினம் மனித அச்சுறுத்தல், மரமழித்தல் போன்ற நிலைகளால் பாதிப்படைந்துள்ளது.

கோடியக்கரை காடுகளில் 233 பறவை சிற்றினங்களும், வெளிமான், புள்ளிமான், குல்லாய்க்குரங்கு, காட்டு நரிகள், கீரிகள், காட்டுப்பன்றி,

காட்டுக்குதிரைகள் போன்ற பாலூட்டி இனங்கள் காணப்படுகின்றன. சரணாலயப் பகுதியிலுள்ள ராமர்பாதம், முனியப்பன் ஏரி, புதுக்குளம் ஆகிய மூன்று இடங்களில், குல்லாய்க்குரங்கு குழுக்களை நமது பசுமைப்படை மாணவர்கள் கண்டு குதூகலம் அடைந்தனர்! முதிர்ந்த ஆண், பெண், இளம்பறழ், குட்டி என பால் வேறுபாட்டுடன், குடும்பங்களாக, கூட்டமாக இக்குரங்கினம் இங்குக் காணப்படுகின்றன. ஒவ்வொரு குழுவும், 50க்கு மேற்பட்ட உறுப்பினர்களைக் கொண்ட இக்குரங்கு குழுக்கள், 17 வகையான தாவரங்களின் தளிர், முதிர்இலை, மலர்மொட்டுகள், மலர்கள், காய்கள், பழங்கள் ஆகியவற்றை அதிகமாக உண்கின்றன. குறிப்பாக, பாலாமரம், சீந்துகொடி, கோவை, முசுட்டை, காட்டுஎலந்தை, ஆல், கொன்றை, மிளகு உருண்டை, இலந்தை, புளி, பூந்திமரம், அத்தி, நாவல்மரம் ஆகிய தாவரங்களை குரங்குகள் விரும்புகின்றன.

எனினும், இங்குள்ள குல்லாய்குரங்குகள் சாலையில் அமர்ந்து சரணாலயத்தினை நோக்கி வரும் பயணிகள் வழங்கும் உணவுகளை அதிகம் தேடுகின்ற பரிதாபம் வருந்துதற்குரியது! பொதுமக்களும், வனவிலங்குகளுக்கு நமது உணவுகளை தருவது, தவறான செயல்பாடு என்பதனை மாணவர்கள் அறிந்தனர்!

06-10-17 காலை எங்கள் தேசிய பசுமைப் படை (மாணவர்கள் இயற்கையினைக்காண தம் யோகா பயிற்சியினை மேற்கொண்டுவிட்டு புறப்பட்டனர். நாம் சரணாலயத்தில் நுழைகையில், துள்ளிக்குதித்து ஓடிவந்த வெளிமான் என்ன அருமையான தோற்றம்! முதிர்ந்த விலங்குகள், அடர்பழுப்பு நிறத்துடன் உள்ளது. கொம்புகள் சுருண்டுள்ள, இதன் பெண்விலங்குகள் 20 மாதங்களில் பாலின முதிர்ச்சி அடைகின்றன. கூட்டமாய் 30 எண்ணிக்கையில் காணப்படும் இவை பெரும்பாலும் சிறந்த புல்வெளி, காடுகளை விரும்புகின்றன. 80 செ.மீ உயரம்,40 கிலோ எடை கொண்ட இவ்வகை ஆண்டிலோப் ஆண்மான்கள் இனப்பெருக்கத்திற்காக, பெண் விலங்கினை அடைய தீவிரமாய் சண்டையிடும் குணம் கொண்டவை தெரியுமா? மிக நீண்ட முட்காடுகளின் அமைதியும், ஆங்காங்கே, சின்னஞ்சிறு நிலப்பறவைகள் எழுப்பிய ஒலியினையும் அழகாய் ரசித்துக்கொண்டே காட்டை ஒட்டிய கடற்கரை நோக்கிச் சென்றோம். வழியிலே காட்டுக்குள் சின்ன ஒரு குட்டை, ஆங்கே, வெண்ணிற ஆடை போர்த்திய அழகிய கொக்கினங்கள் மரக்கிளையில் அமர்ந்திருந்த காட்சி! மகிழ்ச்சி! நீண்ட கழுத்தும்,

கால்களைக் கொண்ட, கருநிற அலகு கொண்ட இப்பறவை, பூச்சி, தவளை, சிறுஊர்வன விலங்குகளை உணவாகக் கொள்கின்றன. கூட்டம், கூட்டமாய்ப் பறக்கும் இப்பறவைகள் ஜுலை, ஆகஸ்ட் மாதங்களில் இனப்பெருக்கம் செய்யக் கூடுகட்டுகின்றன!

கடற்கரையில் கால் எடுத்து வைத்த நம் மாணவர்கள் அக்கால சோழமன்னரால், கட்டப்பட்டு, சிதைந்து போன கலங்கரை விளக்கம் கண்டுகொண்டே கடற்கரையோரம், அலைகள், கால்களை நனைக்க குளிர்காற்று இதமாய் வீச, மெல்லுடலிகளின் ஓடுகளை சேகரிக்கத் துவங்கினர். வெவ்வேறு விதமான வடிவங்களில் சோழி, சிப்பி ஓடுகள்! ஆம் இவை இறந்த மெல்லுடலி உயிரினங்களின் மேல் ஓடுகள் ஆங்காங்கே, கணவாய் மெல்லுடலியின் ஓடு நீண்ட வெண்மை நிறமானது, அதிக புரதச்சத்துள்ள உயிரினங்கள் இக்கடலில் அதிகமாகக் காணப்படுகின்றன. கடலின் கரை ஓரத்தில் அலைகளின் சிறிய பாலிதீன் பைபோல ஓர் உயிரினம் மிக மெதுவாக நகர்ந்து வந்தது. மாணவர்கள் அதன் மிருதுவான உடலையும், உணர் கொம்புகளையும் கண்டு வியந்தனர். ஸ்கைபோசோவா வகையினைச் சேர்ந்த முதுகெலும்பற்ற உயிரி, ஜெல்லிமீன் ஆனால் அது மீன் வகையினைச் சேர்ந்ததல்ல எனவும் அதன் செயலைக் கண்டு அறியவும் மாணவர்களிடம் விளக்கம் தரப்பட்டது. மாணவர்கள் அங்கிருந்து புறப்பட்டு வருகையில், கடற்கரையில் ஆங்காங்கே சிதறிக்கிடந்த கண்ணாடி புட்டிகள், பாலித்தீன் பைகள், தின்பண்ட பொட்டல உறைகள் போன்றவற்றை அகற்றினர். ஆம்!

நம் பொதுமக்கள், கடற்கரையினை உல்லாச ஓய்விடமாகக் கருதுவது தவறல்ல! ஆனால் ஆங்காங்கே, உணவுக்குப்பைகள், பாலித்தீன், கண்ணாடி, பிளாஸ்டிக் கழிவுகளை அங்கேயே விட்டுச் செல்கின்ற அலட்சிய மனப்பான்மையினை மாற்ற இயலுமா? கடல், கடற்கரை வாழ் உயிரினங்கள், கழிவுகளால் பாதிக்கப்பட்டு இயற்கை சமநிலை, மீன்கள், நண்டுகள் போன்றவற்றின் மூலம் நச்சுக்கிருமிகள் மீண்டும் மனித இனத்திற்கே கடல் உணவு வழியாக, வரும் நிலை அறியாமல் இருக்கிறோமே!

தேசிய பசுமைப்படை மாணவர்கள் அனைவரும் கடற்கரை தூய்மை பணியினை சிறிதுநேரம் மேற்கொண்டு, வனத்துறை அலுவலகம் அமைந்துள்ள பூறாரை இல்லத்திலுள்ள தகவல் மையம் மற்றும் சரணாலய நவீன தகவல் மையம் வந்து சேர்ந்தனர். அங்குக்

கோடியக்கரை சரணாலயத்தில் வலசைவரும் குளிர்கால பறவைகள், கடல் ஆமை, தாவரவகைகள், விலங்கினங்கள் பற்றிய தகவல்களைக் கண்டறிந்து, குறிப்புகள் எடுத்துக்கொண்டனர். தஞ்சாவூர், திருவாரூர், நாகை மாவட்ட பள்ளிகளின் தேசிய பசுமைப்படை மாணவர்கள், இயற்கை வாழ்விடம் கோடியக்கரை சரணாலயம் பற்றி நேரில் கண்டறிந்து, சுற்றுச்சூழல் பாதுகாப்பில் தமது எதிர்கால பங்களிப்பை உறுதி செய்ய, சிந்தனையில் ஆழ்ந்து தத்தம் பள்ளிகளுக்குத் திரும்பினர்.

12. இயற்கை நாட்காட்டி தயாரிப்பீர்!

காலங்கள் மாறும்! கோலங்கள் மாறும்! கோடை வெயில் சுட்டெரிக்கும், மழை எதிர்பாராமல் இடியுடன் அதிரவைக்கும் ஆனால், இவ்வாறு ஏற்படும் நம் பருவகால மாற்றங்கள் தாவரங்களையும், அதன் வாழ்க்கையான காய் கனியாதல், மொட்டு மலராதல் என வியத்தகு மாற்றங்களை நம் கண்களுக்கு நேரடியாகப் புலப்படாமல் நிகழ்த்துகின்ற நிலை உண்டாக்குகிறது. இதனை நாம் புரிந்துகொள்ள முடியும்? முடியும், ஆனால் நீங்கள், நான், நாம், மாணவ, மாணவிகள் அதிசய மரங்களின் நண்பர்களாக மாற வேண்டும்! நம் அருகிலுள்ள ஒவ்வொரு மரத்தினை இனம் காணவேண்டும்! உற்று நோக்க வேண்டும். ஒவ்வோர் ஆண்டும் பருவகாலத்திற்கேற்ப, மரம், செடி, கொடிகளில் ஏற்படும் மாற்றங்களைப் புரிந்துகொள்ள வேண்டும். மாற்றங்களை தொடர்ந்து கண்காணிக்கையில் இயற்கையின் அதிசயம் அறியலாம் தெரியுமா? இயற்கை நாட்காட்டி தயாரிக்கலாமா?

பருவகால மாற்றம் பார்! மரம், செடி, கொடி மாறியது பார்!

உனது பள்ளியோ, உனது இல்லமோ! தோட்டத்தில், வளாகத்தில் உள்ள மரம், செடி, கொடிகளை அடையாளம் காணவேண்டும் ஆசிரியர் (அ) பெற்றோர் வழி காட்டலுடன், மரம் இனங்காணல் வழிகாட்டி நூல் உதவியுடன், குறிப்பாக மரங்களை இனம் கண்டுபிடித்து குறிப்பெடுத்துக் கொள்ளுங்கள்.

இனம் கண்ட மரத்திற்கு, செல்லப் பெயர் ஒன்றையும் (அதன் தாவரப் பெயரைத் தவிர) எண் ஒன்றையும் இடலாம். எடுத்துக்காட்டாக, 1. நுழைவு வாயில் எதிர் மாமரம், 2 அலுவலகம் பின்புறமுள்ள வேப்பமரம் ஒரே சிற்றினத்தினையுடைய பல மரங்களையோ அல்லது வெவ்வேறு சிற்றினங்களின் தனித்தனி மரங்களை நாம் கவனித்து வர இயலும்.

குறிப்பிட்ட மரங்களுக்கு, வகுப்பிலுள்ள ஒவ்வொரு மாணவரையும் உரிமையாக்கி, அம்மாணவரை இப்பணியில் ஈடுபடுத்த பள்ளி ஒருங்கிணைப்பாளர், தயாராகலாம்1 எடுத்துக்காட்டாக : 10 மரங்களும், 20 மாணவர்கள் இருந்தால் 1 குறிப்பிட்ட மரத்திற்கு 2 மாணவர்களை ஒதுக்கலாம்.

மரங்களை மாணவர்கள் எவ்வாறு கவனிக்கலாம்?

மரங்கள் மாணவர்களுக் ஒதுக்கப்பட்ட பின்னர், பள்ளி ஒருங்கிணைப்பாளர் குறிப்பிட்ட படிவத்தினை தயாரிக்க வேண்டும்.

இப்படிவத்தில் மரத்தின் அனைத்து விவரங்களும் தொடர்ந்து பதிவு செய்தல் அவசியமாகும். மரத்தின் தாவரவியல் பெயர், பொதுப்பெயர், அவற்றின் எண்ணிக்கை, செல்லப்பெயர், குறியீட்டு எண், சுற்றளவு உயரம் (தோராயம்) மரம் காணப்படும். பகுதி, மரத்தின் நிலை, மரத்திற்கு இடப்படும் உரம், மரத்திற்கு நீர் ஊற்றப்பட்டால் அதன் விபரம், அருகிலுள்ள நீர் ஆதாரம், மரத்தினை பார்க்கும் நிலை, கோணம், திசை போன்ற விவரங்களை மரவிவர அட்டவணையாக உருவாக்கிக் கொள்ள வேண்டும்.

மரத்தினைக் கவனிக்க துவங்கலாமா?

1. ஒரு வாரத்திற்கு ஒருமுறை நன்கு கண்காணிக்கவும்.

2. அவ்வாறு செல்லுகையில், பூக்கள், பழங்கள், இலைகள், மரத்தில் உள்ளதா என உற்று நோக்கலாம்.

3. ஒவ்வொரு குறிப்பிட்ட மரத்திற்கும், மரவிபர அட்டவணை தயாரித்து அதனை முதலில் பதிவு செய்துவிட்டு, ஒவ்வொரு வாரத்திற்கும், மரத்தில் ஏற்படும் மாற்றங்களைக் கண்காணித்து குறித்துக்கொள்வது அவசியமாகும். எடுத்துக்காட்டாக 5 மரங்களை நாம் கண்காணிக்க வேண்டுமெனில் 52 வார மாற்றங்கள் (ஓர் ஆண்டு) பதிவு செய்ய 50 பக்கங்கள் கொண்ட 5 குறிப்பேடுகள் வைத்துக்கொள்ளலாம்.

		இல்லை	கொஞ்சமாக	அதிகம்	தெரியவில்லை	இவை உண்ணுகையில் பார்த்தீர்களா?
இலைகள்	தளிர்	0	1	2	X	மொசுக்கட்டை (அ) புழு
	முதிர்	0	1	2	X	
பூக்கள்	மொட்டு	0	1	2	X	தேனீ, வண்ணத்துப்பூச்சி
	விரிந்த	0	1	2	X	
பழங்கள்	காய்நிலை	0	1	2	X	பறவை அணில்
	பழுத்த	0	1	2	X	

மரம் கண்காணிப்பு படிவம்

மரம் நோக்குபவர் பெயர் :

வகுப்பு :

மேற்கண்ட மரம் கண்காணிப்பு படிவம் உதவியுடன் மரம் கவனிக்கப்பட வேண்டும். ஒவ்வொரு முறை மரத்தினை கண்காணிக்க செல்லுகையில் மரக்கண்காணிப்பு, விபரக்குறிப்பேடு கையில் எடுத்துச் செல்ல வேண்டும். வாரத்தில் ஒருமுறை ஐந்து மணித்துளிகள் மட்டுமே கண்காணித்து அதன் விபரங்கள் ஒருமுறை மட்டுமே பதிவு செய்ய வேண்டும். அதில் மாற்றம் இருக்கக்கூடாது. படிவத்தில் நாள் குறிப்பிட்டு, பின்னர், மரத்திலுள்ள இலைகளின் நிலை, மாற்றம், பூக்களின், பழங்களின் எண்ணிக்கை (தோராயமாக) மாற்றம் மாற்றும் உயிரினங்கள் அவற்றில் காணப்படுவது செயல்பாட்டை (படிவத்திலுள்ளபடி) எளிதாகக் குறிக்க இயலும்.

பின்படிவத்திலுள்ள விவரங்களின் அடிப்படையில் கண்காணிக் கப்படும் மரங்களின் இலை, பூ, காய், கனிகள் எப்பொழுது உருவாகின்றன? அக்காலத்தில் அதன்மீது வரும் உயிரினங்கள் அவற்றின் செயல்பாடு பற்றி எளிமையாகப் புரிந்து கொள்ளலாமே!

ஒவ்வொரு பள்ளியிலும் உள்ள தேசிய பசுமைப்படை, சுற்றுச்சூழல் மன்ற ஆசிரியர் ஒருங்கிணைப்பாளர் தம் பள்ளி வளாகத்திலுள்ள இயற்கையின் மாற்றம் பற்றி பசுமைப்படை மாணவர்கள் மூலமாக, தகவல்கள் திரட்டி ஓர் ஆண்டில் வளாகத்தில் தாவரங்களில் நிகழும் மாற்றம், பருவகால மாற்றத்தினையொட்டி எவ்வாறு பயணிக்கிறது என்பதை இளையதலைமுறைக்கு உணர்த்தலாம். உண்மையில் ஆர்வம் உள்ள, நம் ஒருங்கிணைப்பாளர் இத்திட்டத்தினை பள்ளிகளில், எளிமையாக நன்கு செயல்படுத்த இயலும் பள்ளி இயற்கை நாட்காட்டி தயாராகிவிடும்.

13. நடுநிலைப்பள்ளி சுற்றுச்சூழல் கல்வியில் அறிவியல் தமிழ்

சுற்றுச்சூழல் விழிப்புணர்வுக் கல்வியினை நம் தமிழ்நாடு அரசின் சுற்றுச்சூழல் துறை, பள்ளிக் கல்வித்துறையுடன் இணைந்து 1200 சுற்றுச்சூழல் மன்ற அமைப்புகளை 30 மாவட்டங்களில் 50,000 மாணவ உறுப்பினர்களைக் கொண்டு செயல்படுத்துகின்றனர். இம்மன்றங்களில் தஞ்சை மாவட்டம், குப்பத்தேவன் என்ற கடற்கரையோர கிராம நடுநிலைப் பள்ளியிலுள்ள ஒரு சுற்றுச்சூழல் மன்றம் மற்றும் பேராவூரணி அருகேயுள்ள சொர்ணக்காடு ஊராட்சி ஒன்றிய நடுநிலைப்பள்ளி சுற்றுச்சூழல் மன்றம் ஆகியவை சிறப்பாக செயல்படுகிறது. இவை சூழல் பாதுகாப்பு தொடர்பான அறிவியல் செயல்பாடுகளை தாய்மொழியில் வகுப்பறைக் கல்வியாக மட்டும் நிறைவேற்றாமல், மாணவர்களை களத்திற்கு அழைத்துச் சென்று கற்றறியக்கூடிய நிகழ்ச்சிகளாக நடத்தியுள்ளன.

கற்றல் என்பது பெறப்படும் அனுபவங்களைப் பகுத்தாய்ந்து அவற்றைச் சீராக ஒழுங்குபடுத்தும் செயலாகும். (கற்பகம், செ.2007) எட்வர்ட் தார்ன்டைக் என்ற உளவியலறிஞர் கருத்துப்படி ஈர்ப்பு அடிப்படையில் கற்றல் அமைகிறது. வேலையில் ஈர்ப்பு, சாதனை, முன்னேற்றத்தில் ஈடுபாடு, இலக்கு, பிரச்சினை, தீர்வு, கவனம் என்ற ஐந்து அம்சங்களினால் அடிப்படையில் அனுபவக் கல்வி என்ற செயல்பாட்டுக் கல்வி மாணவர்களுக்கு நன்மைபயக்கிறது.

மேலும் மேற்கூறப்பட்ட செயல்பாட்டுக்கல்வி மூலம் மாணவர்கள் தமது உள்ளூர் இயற்கைச்சூழல், விலங்குகளின் தன்மை, அங்குள்ள தாவரங்கள், சுற்றுச்சூழல் பாதுகாப்பு, கழிவு மேலாண்மை பற்றிய அறிவியலை தாய்மொழியில் அறிந்து செயல்பட வாய்ப்பு ஏற்பட்டுள்ளது.

தமிழ்நாட்டு பாடநூல் கழகத்தின் எட்டாம் வகுப்பு அறிவியல் பாடத்தில் 15வது பாடப் பகுதியான நமது சுற்றுச்சூழல் என்ற பிரிவில் **"கழிவுப்பொருட்களின் மேலாண்மை (பக்கம் : 248) யினை விளக்குகையில் தாவரவிலங்கின உணவு, பழம், காய்கறி, காகிதம் போன்றவற்றின் மீதப்பொருட்கள் கழிவாகக் கருதப்படும் எனவும் பக்கம் 252 பயோடெக் பகுதியில் (உயிரி - தொழில் நுட்பவியல்)**

திடக்கழிவுகளை சுத்திகரிப்பதற்கு பல சிறந்த உயிரி தொழில் நுட்பவியல் வெற்றிகரமாகக் கையாளப்படுகின்றன என குறிப்பிடப்பட்டுள்ளது." இதனை கள செயல்பாடாக சொர்ணக்காடு நடுநிலைப்பள்ளி சுற்றுச்சூழல் மன்ற (8ஆம் வகுப்பு) மாணவர்கள் தம் ஆசிரியர் உதவியுடன் அப்பகுதியில் உள்ள தென்னை நார்க்கழிவினை இயற்கை உரமாக மாற்றும் தொழில் நுட்பத்தினைக் கற்றறிந்துள்ளனர். தமிழ் மொழியில் அறிவியல் பாடப்பகுதிகளை, கோட்பாடுகளாக, தேர்வுக்காக, கற்றறிந்தாலும், தென்னை நார் பதப்படுத்துதல், நுண்ணுயிர் பெருக்கம், இயற்கை உரம் தயாரிப்பு போன்றவற்றை செயல்பாட்டளவில் கொணர்ந்துள்ளது. இச்செயல்முறை அறிவியல் தமிழ், செயல்பாடாக மாறுகிற நிலை ஏற்பட்டுள்ளது. ஆம், இங்குத் தாய்மொழியின் மூலம் அறிவியல் அறிகின்ற நிலை ஏற்படுவதால் மாணவர்கள் ஆர்வமுடன் அறிவியல் சோதனைகளில், ஆய்வுகளில் பங்குபெற விரும்புகின்றனர். சொர்ணக்காடு பள்ளி சுற்றுச்சூழல் மன்ற மாணவர்கள் காய்கறிக்கழிவு, மற்றும் பழக்கழிவு, கழுநீர், பசுஞ்சாணம் பசுசிறுநீர், மண் முதலியவை கொண்டு இயற்கை பூச்சிக்கொல்லி மருந்தைத் தயாரித்துள்ளனர். இயற்கை மக்கு உரம், இயற்கை பூச்சிக்கொல்லி மருந்து போன்றவை தயாரிக்கும் சோதனைகளில் மாணவர்களே ஈடுபடுகின்றனர். அறிவியல் முறைகளும் செயல்பாடுகளும் தம் தாய் மொழியிலுள்ள நிலை குறிப்பிடத்தக்கது.

இதே நிலையில் எட்டாம் வகுப்பு அறிவியல் பாடத்தில் *15-3-3 காடுகள் பகுதியிலும், 15-3-5 கடற்கரை தாவர வகைகள் பகுதியிலும் (பக்கம் 262) சதுப்புநில தாவரக்காடுகள் - அவிசீனியா தாவரத்தின் பண்புகள் பற்றியும் குறிப்பிடப்படுகின்றது.* ஆனால் குப்பத்தேவன் கடற்கரையோர ஊராட்சி ஒன்றிய நடுநிலைப்பள்ளி சுற்றுச்சூழல் மன்ற மாணவர்கள் தமது ஊரில் கடற்கரையோரத்தில் அவிசீனியா தாவரங்களையும், அவற்றின் உதவியால் (புதராக, காடுபோல், கட்டி வைத்து) பிடிக்கப்படும் மெல்லுடலி கணவாய் உயிரினம் பற்றியும் நேரடியாக களச்செயல்பாட்டு அறிவியலாக அறிந்துள்ளனர். *எட்டாம் வகுப்பு அறிவியல் பாடத்தில் உயிரினங்களின் அமைப்பு நிலைகள் பகுதியில் 12.4 விலங்கு தொகுதிகள் பிரிவில் தொகுதி : மொலஸ்காவில் (மெல்லுடலிகள்) கணவாய் பற்றி குறிப்பிடப்பட்டுள்ளது.* எனினும் அப்பள்ளி மாணவர்கள் இக்கணவாய் உயிரினம் தம்பகுதி மீனவர் வாழ்வில் எவ்வாறு பங்கு வகிக்கிறது என்பதனை அறிந்துள்ளனர். *மேலும் இதே பாடப்பகுதியில் 1554 இயற்கையைப் பாதுகாத்தல் (பக்கம் 269, 270) என்ற பிரிவில் (பக்கம் : 270) சுற்றுச்சூழலை பாதுகாப்பதற்கு உரிய அறிவு, விழிப்புணர்வு, பொறுப்பு பற்றியும்*

விளக்கியுள்ளனர். பல்லுயிர் பெருக்கநிலை மகிழ்ச்சிக்காக மட்டுமல்லாமல் நமது இனம் இங்கு நீடித்து வாழவும் பராமரிக்கவும் வேண்டும் எனவும் அங்குக் கூறப்பட்டுள்ளது.

மேற்குறிப்பிட்ட கருத்துருக்களை, செயல்பாடாக குப்பத்தேவன் சுற்றுச்சூழல் மன்ற மாணவர் குழு களப்பணி மூலம் ஆய்வாக மேற்கொண்டனர் கணவாயின் வகைகள் 250 ஆகும், மற்றும் பீலிக்கணவாயின் அளவு (30-35 செ.மீ.) அதன் எடை (100 - 400 கிராம்) அமைப்பு, உணவுப்பழக்கம், இனப்பெருக்க முறைகள் பற்றி தம் மீனவ மக்களிடையே கேட்டறிந்தனர். இதன் மூலம் தமது தாய் மொழியில் கணவாய் பற்றிய அறிவியலை நன்கு அறிந்துகொள்ளத் திட்டமிட்டனர். மேலும் கணவாய் உயிரினங்களின் இனப்பெருக்க காலத்தில் அழியும் நிலையிலுள்ள சதுப்புநில அலையாத்தி தாவரம் "அவிசீனியா மரினா"வை புதராக (காடாக) வைத்து பிடிப்பதன் மூலம் அவ்வினம் அழிகின்ற ஆபத்து உள்ளது என்ற அறிவியல் உண்மையினை அறிந்தனர். விலங்கியல் மற்றும் சுற்றுச்சூழல் பேராசிரியர்களின் ஆலோசனைகளை தமது அறிவியல் ஆசிரியர் மூலம் கேட்டறிந்தனர். பின்னர் அப்பகுதியில் நெடுங்கால பயன்பாடுடைய வளர்ச்சியாக சூழல் என்பது அமைதல் வேண்டும் என்பதையும் மக்கள் உணரச்செய்ய வேண்டும் என முடிவெடுத்தனர். விழிப்புணர்வு செயல்பாடுகளை தமது பள்ளியிலும், கிராமத்திலும் மேற்கொண்டனர். தங்களது ஆய்வு பற்றிய கட்டுரையினை உரிய முறையில் ஆசிரியர் உதவியுடன் எழுதி தேசிய குழந்தைகள் அறிவியல் மாநாட்டில் சமர்ப்பித்தனர். இக்கட்டுரை மாநில அளவில் தேர்ந்தெடுக்கப்பட்டு தேசிய அளவில் சமர்ப்பிக்க குப்பத்தேவன் நடுநிலைப்பள்ளி மாணவன் அழைக்கப்பட்டுள்ளார்.

அறிவியல் தமிழ் ஆய்வுக் கட்டுரை நடுநிலைப்பள்ளி மாணவர்களால் எழுதப்பட்டு அது தேசிய அளவில் மகாராஷ்டிரா மாநிலத்திலுள்ள பூனே நகரில் அரங்கேறியது. (2006ஆம் ஆண்டில் தஞ்சை தமிழ்ப் பல்கலைக்கழக கருத்தரங்கத்தில் வெளியிடப்பட்ட ஆய்வு கட்டுரை) எனவே தமிழில் அறிவியல் வெற்று பாடக்கருத்துருவாக நூல்களில் மட்டுமல்லாமல், செயல்பாட்டுக் கல்வியாக மாநில அளவிலும், தேசிய அளவிலும் பெருமை பெற்றுள்ள நிலை போற்றுதற்குரியது.

அறிவியல் கற்பித்தலில் நவீன உத்தியாக நிகழ்வுகள் கருதப்படுகின்றன. அதில் (அ) சோதனைகள் (ஆ) செய்முறைகள் (இ) நாடகம் (ஈ) களப்பயணம் எனப் பிரிவுகள் அமைந்துள்ளன.

இவற்றில் சொர்ணக்காடு நடுநிலைப்பள்ளி மாணவர்களும், குப்பத்தேவன் மாணவர்களும் செய்முறைகள், களப்பயணம்

போன்றவற்றின் மூலம் அறிவியல் கோட்பாடுகளை தம் ஆசிரியர் மூலம் கற்றறிந்துள்ளனர். அவற்றையும் தம் தாய் மொழியிலேயே அறிந்துகொள்ளும் நிலை ஏற்பட்டுள்ளது.

தார்ன்டைக் என்ற அறிஞர் கூறியபடி, மாணவர் தமது தாய் மொழியில் அறிவியல் செயல்பாட்டுக் கல்வியில் ஈடுபடுகையில் வேலையின் ஈர்ப்பு, மாநில, தேசிய அளவில் சாதனை, சமூக பிரச்சினைக்குத் தீர்வு போன்ற அம்சங்கள் நிறைந்த கற்றல் கொள்கை மெய்ப்பிக்கப்பட்டுள்ளன. கற்றல் பண்பாக தனி மனிதன் ஈடுபாடு மட்டுமல்லாது, சமூகத்தின் முயற்சியும் அடங்கும், நடுநிலைப்பள்ளி சுற்றுச்சூழல் கல்வி மூலம் அறிவியல் தமிழ் செயல்பாட்டுக்கல்வி ஆகிய குறிப்பிட்டு அமைந்துள்ள பள்ளி கிராம மக்களும் அறிவியலை தமது தாய்மொழியில் அறிந்து விழிப்புணர்வு அடைந்துள்ளனர் என்பது குறிப்பிடத்தக்கது.

“நடுநிலைப்பள்ளி சுற்றுச்சூழல் கல்வியில் அறிவியல் தமிழ்” மாணவர்கள் மூலம் ஆய்வுக்கட்டுரை வடிவம் பெற்று மாநில அளவிலும், தேசிய அளவிலும் பாராட்டுப் பெற்றுள்ள நிலை அறிவியல் தமிழுக்கு மகுடம் சூட்டிய நிலை என்பதனை நாம் அறிவோம்.

(2006-ஆம் ஆண்டில் தஞ்சைத் தமிழ்ப் பல்கலைக்கழகக் கருத்தரங்கத்தில் வெளியிடப்பட்ட ஆய்வுக் கட்டுரை).

14. மதியூகம் மிக்க மனம் மகிழ் பறவைகள்!

பாலூட்டிகள் மட்டுமே மூளையின் செயல்பாடுகளில் சிறப்பாக விளங்கி, அறிவுத்திறன் கொண்ட உயிரினங்களாகக் கருதப்பட்டு வருகிறது. குறிப்பாக, ஏப்ஸ் குரங்குகள், சிம்பன்சி, கொரில்லா போன்ற விலங்குகள் அறிவு சார்ந்த செயல்பாடுகளில் ஈடுபடக் கூடியனவாக அறிவியல் ஆய்வுகள் தெரிவிக்கின்றன. எனினும் பறவைகளின் மூளை சிறிதாக இருப்பதாகக் கருதப்பட்டாலும், அதன் செயல் திறன், பாலூட்டிகள் மூளையின் செயல்பாட்டிற்கு குறைவற்றதன்று என சமீப கால ஆய்வுகள் தெரிவிக்கின்றன. பாலூட்டிகளின் மூளையிலுள்ள நியோகார்டெக்ஸ் பகுதியினை பறவைகளின் முன் மூளைப்பகுதி ஒத்து அமைந்து உள்ளது. குறிப்பாக பறவைகளில் காகம் பற்றிய ஆராய்ச்சியினை ஆக்ஸ்போர்டு பல்கலைக்கழகத்தினைச் சேர்ந்த, டாக்டர் அகஸ்டின் வான் பேயர்ன் சமீப காலமாக மேற்கொண்டு வருகிறார். அவரின் ஆய்வுக் கருத்துக்களின்படி, காகங்கள் (அ) காக்கை பறவைகள் நினைவாற்றல் மிக்கது எனவும், குறிப்பாக கடந்தகால நிகழ்ச்சி சார்ந்த நினைவுகளை சேமித்து வைக்கும் திறன் கொண்டதாகும். இத்தகைய மூளைத்திறன், சம்பவங்களில் நிகழும் பிரச்சினைகளை எதிர்பார்த்து, அதற்கேற்றவாறு எதிர்கால நிகழ்ச்சிகளுக்கான, திட்டமிடவும், ஆயத்தமாகவும் இப்பறவைகள் செயல்படுகின்றன, உணவு தேடுதலிலும், தேடிய உணவினை மற்ற எதிர்ப்பறவைகளிடமிருந்து பாதுகாப்பதிலும் கூட இத்திறமை காக்கைகளுக்குப் பயன்படுவதாகத் தெரிகிறது. புதர்க்குருவிகளும் இத்தகைய தன்மை கொண்டவையாகும். காலடோனியன் காக்கைகள் தாவரப் பொருட்களான குச்சிகள், இலை, புற்களை கருவிகளாகப் பயன்படுத்தி, தமக்கு தேவையான புரதம்மிக்க உணவான பூச்சி, லார்வா, பல்லிகள் போன்றவற்றை அடைகின்றன. கருவாட்டுக்குருவி என்ற இரட்டை வால் குருவி தன்னைவிட வலுவான, உடலமைப்பிலும் பெரிதாக உள்ள கழுகுப்பறவைகள் மற்றும் காக்கைகளுடன் போராடி, சண்டையிடுகின்ற காட்சி நாம் அடிக்கடி பார்க்கலாம். தேடித் தேடி நார்களைச் சேர்த்து அழகிய கூட்டினை உருவாக்கும் தூக்கணாங்குருவி (Baya weaver bird) பறவை போன்றவைகளின் அறிவுத்திறன் வியக்கத்தக்கதாக உள்ளது.

மனிதர்களின் குணங்களான, தன்னம்பிக்கை, போராட்ட குணம், நுணுக்கம் போன்றவற்றின் சாயல் பறவைகளிலும் காணப்படுவது அதிசயமே! டிமாய்சல் கொக்கு சாம்பல் நிற உடலும், கருநிறதலைப் பகுதி, கழுத்தினைக் கொண்ட 3 அடி உயர கொக்கு பறவை ஆகும். கீழ்க்கழுத்திலுள்ள சிறகுகள் நீண்டு, மார்பில் படர்ந்திருக்கும். இத்தகைய நீர்ப்பறவைகள் கூட்டம் கூட்டமாய் குளிர்காலத்தில் இந்தியா, பாகிஸ்தான், பர்மாவிலும் வலசை வரக்கூடியது. குறிப்பாக கோதுமை மற்றும் பருப்பு தானிய வயல்களில் வந்து நிற்பவையாகும். கோதுமை, பருப்பு தானிய செடிகளின் இளந்தண்டுகள் மட்டுமல்லாது அவ்வப்போது பூச்சிகள், ஊர்வனவற்றையும் உண்ணக்கூடியன.

சமீபத்தில் இவ்வகை கொக்குகள் 12,000 முதல் 15,000 வரை ராஜஸ்தான் மாநிலத்திலுள்ள ஜோத்பூர் அருகில் கிச்சான் கிராமத்திற்கு கூட்டமாய் வருகை தந்தன. இப்பறவைக்கே உரிய பண்பான, "V" வடிவில் கூட்டமாய் "போர் விமானங்கள்" போல டிமாய்சல் கொக்குகள் கிச்சான் கிராமத்தில் வந்த நிலை வியப்புக்குரியதே!

ஆம்! இப்பறவைகள் குறிப்பிட்ட இக்கிராமத்திற்கு வருகைதர காரணம், ஒவ்வொரு நாளும், அங்குள்ள ஜெயின் சமூக அறக்கட்டளை பறவைகளுக்கு உணவான தானியங்களை தருவதனாலேயே! ஆகும். உலகம் முழுவதுமிருந்து நிதி ஆதாரம் பெற்று, சில ஆண்டுகளுக்கு முன்னர் இதே கிராமத்திற்கு வந்த சில டிமாய்சல் கொக்குகளுக்கு உணவூட்டத்துவங்கியது. ஜெயின் அறக்கட்டளை உள்ளூர்மக்களின் ஆதரவுடன் "டிமாய்சல் கொக்கு உணவூட்ட பழக்கம்" தொடர்ந்ததால் இன்று பல்லாயிரக்கணக்கான பறவைகள் இங்கு வருகின்றன.

டிமாய்சல்கொக்குகளின்குறிப்பிட்ட குழுகூட்டம்உணவுண்ணுகையில், வேறு ஒரு பறவைக்குழு ஊருக்கு வெளியே காத்திருந்து, தமக்கு முந்தைய குழு, உணவுண்டு நீர் குடிக்க, அவ்விடத்தினை விட்டு வெளியேறிய பின்னர், இவை ஊருக்குள் சென்று அதே குறிப்பிட்ட இடத்தில் உணவுண்ணுகின்றன.

இத்தகைய அறிவுத்திறன் மிக்க அழகிய பறவைகள் நிலப்பறவைகள், நீர்ப்பறவைகள் என்று இரு வாழிடங்களிலும் மிக அதிகமாகவே உள்ளன. பறவைகளை பாதுகாத்தல் பற்றி அறியும் முன்னர், மதியூகம் மிக்க பறவைகளின் சிறப்புப் பண்புகளை நம் பள்ளி, கல்லூரி மாணவர்கள் அறிந்து விழிப்புணர்வு பெற வேண்டும்.

15. பரவசமூட்டும் பறவைகள் திருவிழா!

திருவிழா என்றாலே மகிழ்ச்சி! கொண்டாட்டம்! சிறப்பு செயல்பாடுகள்! அனைத்தும் கலந்த உற்சாகமான நேரத்தை விரும்பாதவர் யார்? அதே போல் பறவைகள் என்று சொன்னாலும், வண்ணக்கலவை, பறத்தல், இனிய குரல், அழகு ! "பறவைகளுக்கு விழா" என்றால் உண்மையில் மிக்க ஆர்வமாக உள்ளது! ஆம். ஆசியாவிலேயே முதன் முதலாக நம் இந்தியாவிலுள்ள உத்திரப்பிரதேச மாநிலத்தில் ஆக்ரா நகருக்கு அருகிலுள்ள ஐரார் கிராமத்தில் 2015 டிசம்பர் மாதம் முதல் வாரம் நடைபெற்றது.

இமாலய ஆற்று சமவெளிப்பகுதி, கங்கையாற்று சமவெளி மாண்டேன் ஊசியிலை காட்டுப்பகுதி, மலைகள், தக்காணப் பீடபூமி என பல்வேறு சூழல் பகுதிகள் கலந்த உத்திரப்பிரதேசத்தில் 800 பறவை சிற்றினங்கள் காணப்படுகிறது. இவற்றில் 45 பறவை சிற்றினங்கள் அழிகின்ற தறுவாயிலுள்ளது. மேலும் பல்வேறு பறவைகள் மக்கள்தொகைப் பெருக்கம், வாழிட ஆக்கிரமிப்பு ஆகியவற்றால் அழிந்துவிடும் பயமுறுத்தல் நிலையில் உள்ளது. எனவே பறவைத் திருவிழா மூலம் அவற்றைப் பாதுகாக்க ஒரு விழிப்புணர்வு செயல்பாடு அங்குத் துவங்கப்பட்டது.

மேலும் அம் மாநிலத்தின் வளமான பறவைகள் பாரம்பரியம் அவற்றின் ஆபத்தான நிலை, பாதுகாக்க வேண்டிய அவசியம், முறைகள் போன்றவற்றை வலியுறுத்தி இந்நிகழ்ச்சி நடத்தப்பட்டது. பறவையியலாளர்கள், புகைப்பட நிபுணர்கள், ஓவியர்கள், விஞ்ஞானிகள், பறவை விரும்பிகள் ஒரே இடத்தில் ஒருங்கிணைந்து பறவைகள் முக்கியத்துவம் அறிய, உணர, பிறருக்கு உணர்த்த ஒரு வாய்ப்பு ஏற்படுத்தப்பட்டது.

டாக்டர் ஆசாத் ரஹ்மானி, விக்ரம் கிரேவாகரோல் இன்ஸ்கிப், டாக்டர் கோபி சுந்தர் போன்ற பறவை விஞ்ஞானிகள், பறவைகள் பாதுகாப்பு, அவற்றின் தற்போதைய நிலை பற்றி இங்கு விவாதித்தனர். முன்னதாக இவ்விழாவினை உத்திரப்பிரதேச மாநில முதல்வர் அகிலேஷ் யாதவ் துவக்கி வைத்தார். பன்னாட்டு நிறுவனங்கள் (Bird Life International, Royal Social for the Protection of Birds) இவ்விழாவில் வருகை புரிந்த

விருந்தினர்களுக்கு பல்வேறு ஆலோசனைகள், கருத்துப் பரிமாற்றம் நிகழ்ச்சிகளை அரங்கேற்றினார்.

கிரேக்க ஜோன்ஸ், கிரிகவாலே போன்ற புகைப்பட நிபுணர்கள், பணிமனை நடத்தினர். ஜாக்கி கார்னர், டாக்டர் பீடே மார்ஷல் ஆகிய கலை விற்பன்னர்கள், பறவை ஓவியங்கள் பற்றிய கருத்தரங்கு நிகழ்த்தினர். ஒவ்வொரு நாள் காலையும் பறவை நிபுணர்கள் அனைவரையும் "சம்பல் வனவிலங்கு சரணாலயத்தில்" அழைத்துச் சென்று "பறவை கண்காணித்தல்" நிகழ்ச்சி மூலமாக வெவ்வேறு பறவைகளைக் கண்டு ரசிக்க வாய்ப்பளித்தனர்.

சாரஸ் கொக்குகள், மற்ற பறவைகளை, எடாவா சதுப்பு நிலங்களை, பார்வையிடவும், அறிந்து கொள்ளவும், மகிழ்ந்து ரசிக்கவும், இப்பறவைத் திருவிழா வாய்ப்புகளை மூன்று நாட்களிலும் அனைவருக்கும் தந்தது என்றால் மிகையில்லை.

இத்தகைய பறவைத் திருவிழாக்களை நமது தமிழ்நாட்டில் நாம் பள்ளிகளின் மூலம் ஏற்பாடு செய்யலாமே! வேடந்தாங்கல், கோடியக்கரை உதயமார்த்தாண்டபுரம், வடுவூர் போன்ற பறவை சரணாலயங்களில் வனத்துறை மூலமாக பள்ளி மாணவர்களுக்கு பறவைகள் முக்கியத்துவம், பாதுகாப்பு பற்றி உணரச் செய்யலாம். பறவைகள் என்பது அழகிய வண்ணம் கொண்ட அதிசயிக்கத்தக்க உயிரினம்! எனினும் இயற்கைச் சூழலைக் காப்பதில், அப்பறவைகளின் முக்கியத்துவம் இன்னமும் பலரால் உண்மையாக அறியப்படவில்லை. அரிய இந்திய பறவைகளைக் கண்டவுடன், "வெளிநாட்டுப் பறவைகள்" என அச்சு ஊடகங்கள் தவறாக எழுதி பொதுமக்களை பறவைகள் பற்றி அறியாத நிலையில் தொடர்ந்து வைத்திருப்பது வேதனைக்குரியது. இத்தகைய பரவசமூட்டும் பறவைத் திருவிழாக்களை நம் பள்ளி தேசிய பசுமைப்படை, சுற்றுச்சூழல் மன்றங்கள் எதிர்காலத்தில் நடத்தி விழிப்புணர்வு ஏற்படுத்துவார்கள் என நம்புவோம்!

16. முதலைகளைப் பாதுகாக்க முகம் மலரும் கிராம மக்கள்!

ஊர்வன வகை விலங்குகளான பாம்பு, ஆமை, முதலை போன்ற உயிரினங்கள் பெரும்பாலும் பொதுமக்களால், அச்சத்துடனும், அருவருப்புடன் சில சமயம் விரும்பாத நிலையிலும் பார்க்கப்படக் கூடியன. இதற்குக் காரணம், அவற்றின் அழகற்ற, ஒழுங்கற்ற தோற்றம், செதில், முட்களாலான தோல், நச்சுத்தன்மை, பயங்கர பண்பு ஆகியன ஆகும்; குறிப்பாக, ஆறுகளிலிருந்து முதலைகள் தவறி கரைக்கு வந்து விட்டால், அவற்றைக்கண்டு பயம் கொண்டு நடுங்கும் பொதுமக்கள் உள்ளனர். நன்னீர் முதலைகளான மக்கர் போன்றவை மாமிச உண்ணியாக இருப்பதாலும், உயிர்க் கொல்லிகளாகவும் இருப்பதால் அத்தகைய விலங்குகளைக் கண்டு விலகி நிற்கின்றனர்.

எனினும், மத்திய குஜராத் மாநிலப்பகுதியில், சரோதார் என்ற இடத்தில் அருகிலுள்ள தேவா கிராமத்தில் விவசாய விளை நிலங்களுக்கு இடையில், அமைந்துள்ள சிறு நன்னீர் பகுதி குளங்களில் மக்கர் முதலைகள் அச்சமின்றி வசிக்கின்றன. அக்கிராம மக்களும், அவற்றை தொந்தரவு செய்யாமல் இணைந்து வாழ்கின்றனர் என்பது மிக ஆச்சரியமாக உள்ளது. தன்னார்வ இயற்கை பாதுகாப்புக்குழுமம் (Voluntary Nature Conservancy) என்ற ஓர் அமைப்பு, டாக்டர்.ராஜீவியாஸ் என்ற திறன்மிகு ஊர்வன ஆய்வாளர் ஆலோசனைகள் அடிப்படையில், ஆராய்ச்சிகளை அப்பகுதியில் 2013இல் துவங்கியுள்ளது. பகல் மற்றும் இரவு நேரங்களில், "சரோதார் முதலைகள்" பற்றிய ஆராய்ச்சி, கிராமமக்கள் உறுதுணையுடன், அவர்களின் தகவல்கள், பேட்டிகள் அடிப்படையில் துவங்கியது. "மக்கர்" என்ற இத்தகைய நன்னீர் முதலைகள் வறண்ட கோடைகாலங்களில் பொந்துகளில் கூடுகட்டுகின்றன. பெண்பால் முதலைகள் இப்பணியில் முன்னிலை வகிக்கின்றன. ஏப்ரல் கடைசி முதல் ஜூன் இறுதி காலத்திற்கும் இவ்வகை முதலைகளின் முட்டையிடும் காலம் ஆகும். சில சமயம் ஆகஸ்ட் மாதம் வரை இது நீடிக்க வாய்ப்புள்ளது. "சரோதார்" என்றால் குஜராத்தி மொழியில், "தங்கம் நிரம்பிய பானை" எனப் பொருள் ஆகும். இப்பகுதி வளமான நிலப்பகுதிகளைக் கொண்டுள்ளது. ஆனந்த் மற்றும் கேதா மாவட்டப் பகுதிகளில் பரந்துள்ள சரோதார், மேற்கில், சபர்மதி, கிழக்கில் மகிசாகர்

என்ற ஆற்றங்கரையில் அமைந்துள்ளது. அதிகமான காட்டுப்பகுதிகள் இல்லையெனினும், சிலவகை மரங்களைப் பெற்று "பசுமைக்கிண்ணமாக"த் திகழ்கிறது என்றால் அய்யமில்லை. அனைத்து நன்னீர் பகுதிகளுடன் கால்வாய்கள் இணைக்கப்பட்டுள்ள நிலை, நன்னீர் முதலை"களின் போக்குவரத்துக்கு எளிதாகிறது. மலதாஜ் என்ற கிராமத்தின் தலைவர் துர்கேஷ் படேல் என்பவர் 'நெடுங்காலமாக இப்பகுதியில் முதலைகள் வசிப்பதாகக் கூறுகிறார். மாத்தூர் படேல் என்ற முதியவர் "வடோதரா மகாராஜாக்களால் "வேட்டை விளையாட்டிற்காக, இப்பகுதியில் முதலைகள் நீரில் விடப்பட்டதாகத் தெரிவித்தார்.

வெள்ள காலங்களிலும், பயிருக்கு இடும் உரங்களினாலும் முதலைகளுக்கு சற்று சிரமம் ஏற்பட வாய்ப்புள்ளது. அக்காலக் கட்டத்தில், இவ்வுயிரினங்கள் வெவ்வேறு குளங்களுக்கும், கால்வாய்கள் வழியாகச் சென்று, மனித வாழிடங்களுக்கு இடம் பெயருகின்றன. எனினும் மலதாஜ் கிராம மக்கள் முதலைகளை வனத்துறையினர், பிடித்தால் அவற்றை மீண்டும் தம் பகுதி நீர்நிலைகளில் விடுவிக்கக் கோருகின்றனர். நெடுங்காலமாகவே, கிராம மக்கள் அருகில் முதலைகள் ஒன்றிணைந்து வாழப் பழகிவிட்டன. அவை மனிதர்களை தாக்குவதும் இல்லை. அங்கு வளர்க்கப்படும் பசுக்களின் கழிவுக்குவியலான சாணப்பகுதியில் முதலைகள் சென்று வெப்பத்திற்காகத் தங்குகின்றன. மேலும் இம்மக்களின் வழிபாட்டுக்கடவுள் கோடியார் முதலைவாகனத்தில் அமர்ந்துள்ள சிலைகளை அங்குள்ள கோயிலில் அமைத்துள்ளனர். ஆனால் திராஜ் என்ற கிராமத்தில் முதலை தாக்கி சிறுமி இறந்ததால், அப்பகுதி மக்கள் அங்குள்ள முதலைகளை வேறு இடம் மாற்றக்கோரி, போராடினர். சரோதார் பகுதியிலுள்ள முதலைகளுக்கு அதிகம் பாதிப்பில்லையெனினும், குளங்களில் குத்தகைக்கு மீன்பிடிப்போர், தங்களது மீன் தொழிலுக்காக முதலைகளின் வாயினை கயிற்றால் கட்டி, கரையில் விடுகின்றனர். தங்களது மீன்பிடி வலைகளைக் காப்பாற்ற, இவர்கள் தவறாக செய்யும் நடவடிக்கை முதலைகள் இறக்கக் காரணமாகிறது. தேவா கிராமத்தில், பிற விலங்குகளின் தோலினை எடுக்கும் "தோல்வியாபாரிகள்" அவ்விலங்குகளின் உடலுறுப்புகளை நீர் நிலைகளின் அருகில் விடுகையில் மக்கர் முதலைகள் அவற்றை உண்ண வருகின்றன. இதனால் மனித நடமாட்டம், அவற்றிற்குப் பழகிவிடுகின்றன. இப்பகுதியில் ஆய்வு செய்த குழுவினர் 27 கிராமங்களில் 180 முதல் 230 முதலைகளின் எண்ணிக்கை பதிவு செய்துள்ளனர். தேவா, வசோ, ஹிரஞ்ச், மராலா நகராமாதிரஜ் மற்றும் மலதாஜ் என்ற 6 கிராமங்கள் அதில் முன்னணியிலிருப்பவை ஆகும்.

எந்த ஒரு விலங்கினமும், உள்ளூர் மக்களின் ஆர்வம், சகிப்புத் தன்மை அடிப்படையில் பாதுகாக்கப்படும். அவ்வகையில், குறிப்பாக சரோதார் பகுதி மனிதர்களும், முதலைகளும் ஒருங்கிணைந்து வாழ்ந்து, வளங்களை பகிர்ந்து கொள்கின்றனர் என்றால் மிகையில்லை. 81% சதவீத மக்கள் இந்நிலையினை விரும்புகின்றனர் என்பதனை ஆய்வறிக்கை சுட்டிக்காட்டுகிறது. இதில், ஆண், பெண் வேற்றுமையுமில்லை. பாதுகாப்பிற்காக, சிலர் மட்டுமே எதிரான கருத்துக் கொண்டுள்ளனர். எனினும் கிராம முதியவர்கள் "மக்கர் முதலைகள்" பற்றி முழுமையான அறிவுள்ளவர்களாகவும், ஆர்வமான பாதுகாப்பாளர்களாகவும், திகழ்கின்றனர். முதலைகளால், பாதிப்பு நிகழுகையில் உரிய இழப்பீடு தந்து மனிதர்களுக்கும் இம்முதலைகளுக்கும் இடையில் ஏற்படும் மோதலைக் குறைப்பது மட்டுமின்றி உரிய முதலை பாதுகாப்பு திட்டங்களை கிராம மக்கள் உதவியுடன் அரசுத்துறை நிறைவேற்ற வேண்டும்.

வறண்ட உடலும், விபரீத பயங்கர தோற்றம், கூரிய பற்களைக் கொண்ட முதலை என்ற அரிய உயிரினம் சுற்றுச்சூழல் சங்கிலியின் ஒரு பகுதி மட்டுமல்ல. அவை இயற்கையின் வேறுபட்ட தோற்றமுடைய கொடை என்பதனை குஜராத் மாநில சரோதார் பகுதி கிராம மக்கள் உணர்வது போல நாமும், நம் பள்ளி, கல்லூரி மாணவ மாணவிகளும் அரிய விலங்கினங்களின் உண்மைகள் அறிந்து, பாதுகாக்க விழிப்புணர்வு பெறுவோம்!

17. குரங்குகள் என்றால்...
கேலி விலங்கா!!?

ராமன் என்ற ராம், B.Tech. ஒரு கணிப்பொறி வல்லுநர், தன் பணிச்சுமையிலிருந்து விடுபட முதுமலை வனவிலங்கு சரணாலயம் வருகை தருகிறார். அங்குள்ள வனத்துறை அலுவலர்கள் உதவியுடன் காடுகளின் உள்ளே பயணம் செய்து, விலங்குகளை காணப் புறப்படுகிறார். "சார் காட்டு யானை பார்க்கலாம், புள்ளி மான்கள், கடமான் (Sambar deer) அடிக்கடி பார்க்கலாம்! வாய்ப்பிருந்தால் புலி, செந்நாய், சிறுத்தை கூட பார்க்க முடியும்" என வனவர் கூற, ராம் முகத்தில் மகிழ்ச்சி, பரபரப்பு, ஜீப் வாகனத்தில் அமர்ந்து உள்ளே சென்று ஒரு குறிப்பிட்ட இடத்தில் நிறுத்தி "அங்கே பாருங்க சார்! லங்கூர் குரங்கு, குல்லாய் குரங்கு, இரண்டும் கூட்டமாக உக்காந்திருக்கு" என்ற வனவரிடம் "குரங்குகளில் என்ன அதிசயம்? இதை பார்க்கவோ வந்தேன்" என ராம் அலுப்புடன் புலம்ப அதே வாகனத்தில் வந்த மற்றொரு வன விலங்கு ஆர்வலர் "சார்! குரங்குகளை சாதாரணமாய் மதிப்பிடாதீங்க! சுமார் 65 - 70 மில்லியன் ஆண்டுகளுக்கு முன்னதாகத் தோன்றிய பாலூட்டி இனம்தான்! பிரைமேட்ஸ் என்ற குரங்கினங்கள் ஆகும். மிகப் பழமையான உயிரினம்! மனித இனத்துடன் தொடர்புடையது. மரங்களில் தம் மூதாதைய இனமான மர மூஞ்சுறு (Tree - shrews) தோற்றத்துடன் அவற்றின் பரிணாம வளர்ச்சி துவங்கியது. எல்லா பிரைமேட் உயிரினங்களின் முக்கிய பண்பு, இயங்கும் அசையக்கூடிய விரல்களைக் கொண்ட தட்டையான கைகளைக் கொண்டவை. எளிதில் மரக்கிளைகளை பற்றிக்கொள்ள, இலைகளை உருவக்கூடிய தக அமைப்பு கொண்ட உறுப்புகளை முதன்முதலில் பெற்றவை குரங்கினங்களே!

குரங்கியல், பிரைமேட்டாலஜி வரலாற்றில் "பிராஸ்மியன்" மிகத் தொன்மையானவை, மரமூஞ்சுறு, சுருள்வால் லீமர், புஷ்பேமி டார்சியர் போன்ற சிறு உயிரினங்கள். பிராஸ்மியன்கள் என்பவை பூச்சிஉண்ணும் வளைவிலங்குகளுக்கும், குரங்குகளுக்கு இடையில் மாற்றம் பெற்று தோன்றியவைதான்! தென்கிழக்கு ஆசியாவில் இவை அதிகமாகக் காணப்பட்டது. ஆனால் 20 மில்லியன் ஆண்டுகட்கு முன்பு, "ஈயோசின் பரிணாம காலத்தில் வட அமெரிக்கா, ஆசியா, ஐரோப்பா கண்டங்களில் காணப்பட்டன. தற்பொழுது ஐரோப்பா, அமெரிக்க நாடுகளில் இவை காணப்படவில்லை. இவ்வினத்திலிருந்து பல்வேறு தோற்ற

மாறுபாடுகள் ஏற்பட்டு குரங்கினங்கள் என்ற பாலூட்டி இனம் உருவாகின. 30 வரிசைகளில் விலங்கு வகைப்பாட்டில் உள்ள இவை 130 சிற்றினங்களாக உலகெங்கும் பரவிக் காணப்படுகின்றன.

பழைய, புதிய உலகக் குரங்குகள்

உலக குரங்குகளின் இரு பெரும்பிரிவுகள், பழைய, புதிய உலகக் குரங்குகள். இவ்விரண்டும் 3 குடும்பங்களில் தொகுக்கப்பட்டுள்ளன. முகத்தோற்றத்தில், குறிப்பாக புத்துலக குரங்குகளில் மூக்கு, நாசித்துளைகள் வட்டமாகக் காணப்படும். ஆனால் பழைய உலகக் குரங்குகளின் நாசித்துளைகள் "வெட்டுபட்ட நீண்ட குறுகிய வடிவில் காணப்படும். புத்துலகக் குரங்குகள் மெக்ஸிகோ (தென் அமெரிக்கா) தெற்கு முனைப் பகுதியிலிருந்து அர்ஜென்டைனாவின் வடமுனைப் பகுதி காடுகளிலும், அட்லாண்டிக் பெருங்கடல் வரையுள்ள மேற்கு மலைத்தொடர் காடுகளில் காணப்படுகின்றன. இக்குரங்கினங்கள் அமைதியானவை அவற்றை எளிதில் வளர்ப்பு விலங்குகளாக மாற்ற இயலும். செபிட்ஸ், மர்மோசெட்டுகள் என இரு குறும் பிரிவுகளானவை. பெரும்பாலும் "பகல் வாழ்முறை" (Diurinal) கொண்டவையே. சிலந்திகுரங்கு, மஞ்சள்வால் உல்லிகுரங்கு, வெண்முக சாகிகுரங்கு ரெட் உகாரி, பஞ்சுதலை டாமரின் குரங்கு, தங்கசிங்க முகடாமரின், அணில் குரங்கு, அவுலர் குரங்கு போன்றவை குறிப்பிடத்தக்கவையாகும்.

இவற்றில் அவுலர் குரங்கு மிகப்பிரபலமானவை, ஐந்து வெவ்வேறு வண்ணங்களில், மஞ்சள்பழுப்பு, செம்பழுப்பு, கருப்பு எனக் காணப்படுபவை. அணில் குரங்குகள் சிறியவை ஆனால் வளையாத, சுருண்டுவிடாத வால் கொண்டவை! பெரும்பாலும் இக்குரங்கினங் களின் உடலில் அடர்ந்த ரோமம் காணப்படுகின்றன. இவை பெரும்பாலும் பழங்கள், இலைகள், பூச்சிகளை உணவாகக் கொண்டுள்ளன.

பழைய உலகக் குரங்குகளின் வாழ்விடப் பகுதி மிகுந்த விரிவானது. ஆப்பிரிக்கா, ஜிப்ரால்டர்சந்தி, இமாலயப்பகுதி, தென்கிழக்கு ஆசியா மற்றும் பனிபடர்ந்த வடஜப்பான் பகுதிவரை இக்குரங்குகள் காணப்படுகின்றன. இக்குரங்குகள் இருவகைகளாகப் பிரிக்கப் படுகின்றன. கொலோபஸ் குரங்குவகை மற்றும் லங்கூர்கள் இலையுண்ணும் பழக்கம் உடையவை. செல்லுலோஸ் கலந்த உணவு செரிக்கும் நிலையில் இவற்றின் இரைப்பை பசுமாடுகளின் இரைப்பை போன்று அகன்றவை.

பழைய உலகக் குரங்குகள் அனைத்துமே, சமூக கட்டமைப்பு கொண்ட குழுக்கள் அமைப்பில் உள்ளன. அதிக ஆண்களும், பெண்களும் கொண்டவை. எனினும் படாஸ் குரங்கு, கெலாடா பபூன், ஹீமடிரையாஸ்

பபூன் போன்ற குரங்கினங்கள், திறந்த புல்வெளிகளில் காணப்படுகின்றன. அவற்றின் சமூகக் குழுக்களில், ஆளுமை கொண்ட ஒரே ஆண் தலைமையில் பல்வேறு பெண்குரங்குகள் வசிக்கின்றன. கொலோபஸ் குரங்கு, நீண்ட மூக்கு குரங்கு, கெலாடா பபூன், மாண்டிரில், மகாக்வகை குரங்குகள், கெனான் கொரில்லா ஆகியவை பழைய உலகக் குரங்குகளின் முக்கியமானவை ஆகும்.

இந்தியாவிலுள்ள குரங்குகள்

உலகின் அதிக எண்ணிக்கையிலுள்ள குரங்கு சிற்றினங்கள் இந்தியாவில் மட்டுமே காணப்படுகின்றன. சிறிய மரமூஞ்சுறு முதல் பெரிய ஜிப்பன் வரை 18 சிற்றினங்களில் காணப்படுகின்றன. சென்னை மரமூஞ்சுறு (Madras Tree shrew) வெப்பமண்டல மழைக்காடுகளில் காணப்படுகின்றன. சாதாரண மரமூஞ்சுறு கிழக்கிந்தியாவான சிக்கிம், மணிப்பூர், அஸ்ஸாம் காடுகளில், மலைகளில் காணப்பட்டன. நிகோபார் மர மூஞ்சுறு நிகோபார் தீவுகளில் காணப்பட்டதாகவும், தற்பொழுது அவற்றைப் பற்றிய தகவல்கள் இல்லை எனத் தெரிகிற தாமதத்தேவாங்கு (Slowloris) கிழக்கிந்திய காடுகளில் காணப்பட்டதாகவும், மென்மை தேவாங்கு தென்னிந்திய காடுகள், கடற்கரை, சதுப்புநிலக் காடுகள் பகுதியில் தனியாக அல்லது மூன்று எண்ணிக்கை கொண்ட குழுக்களாகக் காணப்பட்டன. குள்ளவால் மகாக்குரங்கு, (Stump tailed Macaque) அஸ்ஸாம் காடுகளில், காணப்பட்டதாகத் தகவல்கள் உள்ளன. அழியக்கூடிய நிலை விலங்குகளின் பட்டியலில் இக்குரங்கினம் சேர்க்கப்பட்டுள்ளது. நீண்டவால் குரங்கு அல்லது நண்டு தின்னும் குரங்கு (Longtailed or crab eating Macaque) நிகோபார் தீவுகளில் காணப்பட்டதாக அறியப்பட்டுள்ள அழிநிலை இனமாகும். உடலின் நீளத்திற்கு இணையாக 65 செ.மீ. வாலினை கொண்டவை. கடற்கரை வாழ் உயிரினங்களான மெல்லுடலிகள், நண்டு இறால்களையும் உண்ணக்கூடியவை. ரீசஸ் குரங்கு அல்லது செம்முகக்குரங்கு (Rhesus Monkey) என்ற இந்திய பகுதிக்கே உரிய மகாக்வகை குரங்கு, கோதாவரி ஆற்றுக்கு வடக்கே, வட இந்தியா முழுவதும் காணப்படுகின்றன. காடுகள் மட்டுமின்றி, மக்கள் வாழக்கூடிய கிராமங்கள், வயல்கள், நகரங்கள், கோவில்கள் போன்ற வெவ்வேறு வகை வாழிடங்களில் வசிக்கின்றன. மிகத் திறமையான, தேடல் ஆர்வமிக்க உயிரினம். கருவிகளைப் பயன்படுத்தவும், வண்ணங்களையும், வடிவங்களையும் வேறுபடுத்தி அறியவும் எண்ணம் கொண்டவை. இவற்றைப் பற்றிய ஆய்வினை 1960களில் சவுத்விக் என்ற ஆங்கில அறிஞர் இந்தியாவில் மேற்கொண்டார். பன்றிவால் குரங்கு (Pigtailed - Macaque) என்ற அழிநிலை குரங்கு அஸ்ஸாம் காடுகளில் காணப்பட்டதாக 1933ஆம்

ஆண்டு வெளியிடப்பட்ட ஆய்வறிக்கை மூலம் தெரிகிறது. குல்லாய் குரங்கு (Bonnet Pig Macaque) என்ற தென்னிந்திய மகாக் வகைக் குரங்கு எண்ணிக்கையில் அதிகமாகக் காணப்படுபவை, 7 - 75 எண்ணிக்கை கொண்ட குழுக்களாக உள்ளன. சிங்கவால் குரங்கு (Lion tailed Macaque) என்ற அழிநிலை இனம், மேற்குத் தொடர்ச்சி மலைகளில், குறிப்பாக கேரளா காடுகளில் காணப்படுகின்றன. பசுமை மாறாக் காடுகளில் வசிக்கும் இவை 'கற்றை முடி' கொண்ட வாலினையும், சிங்கம் போன்ற முகத்தினைச் சுற்றி அடர்ந்த ரோமக் கற்றைகள் அமைப்பில் காணப்படுகின்றன. மரங்களில் உயரமான பகுதியில் வசிக்கும் இக்குரங்குகள் மிகக் குறைந்த எண்ணிக்கையில் காணப்படுகின்றன.

அனுமான் லங்கூர் (Hanuman Langur) என்ற பொதுவான இந்தியக் குரங்கினம், கருஞ்சாம்பல் வண்ண, நீண்ட உடலினையும், மிக நீண்ட வாலினையும் கொண்டவை ஆகும். வெவ்வேறு வகை வாழிடங்களில் இந்தியா முழுவதும் காணப்படும் இக்குரங்குகள் சமூக வாழ்க்கைக் கட்டமைப்பில், மிக முக்கிய அம்சங்களைக் கொண்டவை. ஒரு ஆண் தலைமையில் (Unimale Group) பல பெண்கள் கொண்ட குழுவாகவும், பல ஆண் குரங்குகள் (All Male Group) குழுவாகவும் காணப்படுகின்றன. பல ஆண்கள் கொண்ட குரங்குக் குழு, ஒற்றை ஆண் குரங்கு தலைமை கொண்ட குழுவுடன் அடிக்கடி சண்டையிடும் அனைத்து ஆண் குழுவிலுள்ள லங்கூர் குரங்கென்றால், ஒற்றை ஆண குழுவின் பழைய தலைமைக் குரங்கை அடித்து விரட்டிவிட்டு, அக்குழுவிற்குத் தான் தலைமை ஏற்கும். புதிய தலைமையேற்ற ஆண் குரங்கு, தன் குழுவிலுள்ள பெண் குரங்குகளிடம் இனப்பெருக்கச் செயல்பாட்டினை மேற்கொள்ளும். அதற்கு எதிர்ப்பு தெரிவிக்கும் பெண் குரங்குகளின், சிறிய குட்டிகளைத் தலைமை ஆண் குரங்கு கொன்றுவிடும். இதனை சிசுக்கொலை (Infanticide) என அழைக்கலாம். அனுமன் லங்கூர் பெண் குரங்குகள், குட்டிகள் இறந்தாலும், அவற்றைப் பல நாட்கள் தானே சுமந்து செல்லும் வியத்தகு நடத்தை கொண்டவை. முழுமையான தாவர உண்ணியான இவை அரிதாக பூச்சி இனங்களை மிகக் குறைவாக அவ்வப்போது உண்ணுகின்றன.

தங்க லங்கூர் என்ற குரங்கினம், (Golden Langur) வடமேற்கு அஸ்ஸாம் வெப்பமண்டல, இலையுதிர் காடுகளில் காணப்படும் அழிநிலை இனமாகும். நீலகிரி லங்கூர் குரங்கு (Nilgiri Langur) தென்னிந்தியாவில் மட்டுமே, மேற்குத் தொடர்ச்சி மலை "சோலா" (Shola) வகை சேற்றுப்பகுதிக் காடுகளில் காணப்படும் இவை, அழிநிலை இனம் பட்டியலில் காணப்படுகின்றது. தொப்பி லங்கூர் (Capped Langur) என்ற அழிநிலை குரங்கினம் வடகிழக்கு மலைப்பகுதிகளில்

காணப்பட்டன. தட்டை மூக்கு குரங்கு (Snub nosed Monkey) என்ற குரங்கினம் மணிப்பூர், அஸ்ஸாம் பகுதிகளில் வசித்து வந்ததாகவும், அவை முழுமையாக அழிந்துவிட்டதாகவும் தகவல்கள் உள்ளன. ஜிப்பன் (Hoolock Gibbon) என்ற ஏப் வகை குரங்கு, முழுமையாக மரங்களில் மட்டுமே கிழக்கிந்திய அஸ்ஸாம் காடுகளில் காணப் படுகின்றன. அழிநிலை இனமான இவ்விலங்கு நீண்ட கை, கால்களைக் கொண்டவையாகும்.

ஆந்திராய்டு "ஏப்" குரங்குகள்

மனித இனத்துடன் மிக நெருங்கிய தொடர்புடைய குரங்கினம் "ஏப்" குரங்குகள், ஜிப்பன்கள், சிம்பன்ஸி, கொரில்லா, உராங் - உடான் போன்றவையாகும். ஜிப்பன் தென்கிழக்கு ஆசியநாடுகளில், பர்மா, தாய்லாந்து, மலேசியா, சுமத்ரா, சீனா, போர்னியோ, இந்தியா ஆகியவற்றில் காணப்படுகின்றன. அதிக குரலெழுப்பும் இவை மரங்களில் தம் நீண்ட கை, கால்களால் தொங்கிச் செல்லக்கூடியவை. உராங்-உடான் சுமத்ரா, போர்னியோ காடுகளில் மங்கலான செந்நிற உடலில் ஏராளமான ரோமம் கொண்டவை. கொரில்லா குரங்குகள் காமரூன், காங்கோ, உகாண்டா போன்ற ஆப்பிரிக்கப் பகுதிகளில் காணப்படுபவை. மிகப்பெரிய, அதிக வலிமை உடைய ஒரே முரட்டு குரங்கினம் கொரில்லா இனமாகும். சிம்பன்சி குரங்கினம் மனிதர்களோடு மிக நெருங்கிய ஒற்றுமையினை, உடலமைப்பிலும், மூளைத் திறனிலும் பெற்றவையாகும். மனித செயல்பாடுகளைக் கற்றுக்கொண்டு அவை தானே அவற்றை செய்யக்கூடிய திறமைமிக்கவை. ஆப்பிரிக்காவின் மேற்கு கடற்கரைப் பகுதியிலும், காங்கோ நாட்டின் கிழக்குப் பகுதி ஏரிக்கரைகளிலும் வசிக்கக்கூடியவை.

ஏப் வகை குரங்குகள் மிக விரைவாக அழியும் நிலையிலுள்ளன. ஆய்வுக்காகவும், வேட்டையினாலும் பாதிக்கப்பட்ட இவ்விலங் குகள் வியத்தகு நடத்தைகளைக் கொண்டனவாகும். எதிரி விலங்குகளை விரட்டி ஓடச் செய்தல், சுயபாதுகாப்பு கருவிகள் உபயோகித்தல் போன்ற நடத்தைகள் சிறப்பானவை ஆகும். ஏப் வகை குரங்குகளின் மூளை கொள்ளளவு 100 சி.சிமுதல் 490 சி.சி. உள்ளது. உலகிலேயே மிகச் சிறிய குரங்கு தென்அமெரிக்காவிலுள்ள, ஈகுவடாரில் காணப்படும் "பிக்மி மார்மோசெட்" (Pygmy marmoset) ஆகும். இதன் எடை 60 கிராம், 300மி.மீ. நீளமாகும். மிகப்பெரிய குரங்கு ஏப்வகை சேர்ந்த கொரில்லா 200 கிலோ எடையும் 1 . 8 மீ (6 அடி) உயரம் கொண்டவை ஆகும்.

இந்தியாவில் குரங்குகள், மருந்துகள், ஆய்வகத்திற்காகவும், ஆராய்ச்சிக்காகவும் அதிகமாக பயன்படுத்தப்பட்டாலும், ஒருபுறம் மத

ரீதியாக வட இந்தியாவில மக்கள் அவற்றை வழிபடும் நிலை உருவாகி, நகரங்களிலும், கோவில்களிலும் உணவு அதிகமாக கிடைக்கப் பெற்றதனால், அவற்றின் இனத்தொகை பெருகிவிட்டது. குறிப்பாக, ஜெய்ப்பூர், புதுதில்லி, ஆக்ரா போன்ற நகரங்களில் குரங்குகளின் எண்ணிக்கை பெருக்கத்தால் மக்கள் பாதிக்கப்படும் சூழலும் ஏற்பட்டுள்ளது. தெரியுமா? குரங்குகள் என்றால் சாதாரணமான விலங் குகள் அல்ல என்று வனவிலங்கு ஆர்வலர் கூறினார். வனவிலங்கு ஆர்வலரின் "குரங்குகள்" பற்றிய நீண்ட உரை ராம், கணிப்பொறி வல்லுனர் முகத்தில் உற்சாகத்தினை ஏற்படுத்தியது. "இந்தியாவின் மிகப்பெரிய விலங்குகளான யானை, புலி போன்றவற்றை ஒட்டி, ஆர்வம்மிக்க அரிய செய்திகள் குரங்கினங்களிலும் உள்ளதே" என ஆச்சரியம் அடைந்த ராம், இனிமேல் தமது விடுமுறைக் காலங்களில், இந்தியாவிலுள்ள அனைத்து வனவிலங்கு சரணாலயங்களையும் சென்று காணத் தீர்மானித்தார். குறிப்பாக, அரிய நீலகிரி லங்கூர், சிங்கவால் குரங்குகள் போன்றவற்றைக் கண்டு மகிழ முடிவு செய்தார்.

18. அனுமன் குரங்குகள் அசைவமா?

அனுமன் குரங்குகள் என்பது பழைய உலக குரங்குகளில் இரண்டாவது வகையான கொலோபஸ் குரங்குகள் மற்றும் லங்கூர் குரங்குகள் வகையைச் சார்ந்தவை. லங்கூர் குரங்குகளை அனுமன் குரங்குகள் கருஞ்சாம்பல் நிறமும், சிறிய முகம் மற்றும் நீண்ட உடலைக் கொண்டவை. வால் மிக நீளமாகக் காணப்படும். பெரும்பாலும் மரங்கள் மீதே வசிப்பதால், இலை, காய், பழங்கள் மட்டுமே அதன் உணவாக உள்ளது. இத்தகைய குரங்குகள் இந்தியாவில் பல்வேறு வடமாநிலங்களிலும், தென்னிந்தியாவில் தமிழ்நாடு, கர்நாடகா பகுதியில் மேற்கு மலைத்தொடரில் அதிகமாக உள்ளன.

பொதுவாக அனுமன்குரங்குகள் அனைத்துமே இலைகள், தழைகள், பழங்களை விரும்பி உண்ணுகின்றன. எனினும் மிக அரிய சந்தர்ப்பங்களில் மொசுக்கட்டைகள், பியூபா, சிறு பூச்சிகள், கரையான்கள், வெட்டுக்கிளி பூச்சிகள் ஆகியவற்றை உண்ணுவதாக சில ஆய்வாளர்கள் தெரிவித்துள்ளனர். ஆனால் ஜெய்ப்பூரின் அருகிலுள்ள அம்பாகார் ஒதுக்கப்பட்ட வனப் பகுதிகளில் காணப்படும் கால்நடைகளான மாடுகள், நாய்களின் உடலிலுள்ள சிறு சிறு பேன் போன்ற பூச்சிகளை அவை உண்ணுகின்றன. 1985 - 1989ஆம் ஆண்டுகளில் அங்கு நடத்தப்பட்ட ஆய்வில், இத்தகைய 103 நிகழ்வுகள் பதிவு செய்யப்பட்டுள்ளன. 38 நிகழ்வுகள் நாய்களின் உடல் மீதுள்ள பூச்சிகளை அனுமன் குரங்குகள் உண்ணுகின்றதாகப் பதிவு செய்யப்பட்டது. 3 நிகழ்வுகளில் மட்டும் வெட்டுக்கிளிகள் எனப்படும் பூச்சிகளை இவ்வகைக் குரங்குகள் உண்டதாக அறியப்பட்டுள்ளது. இத்தகைய சம்பவங்களில் மாடுகள் மற்றும் நாய்களின் உடலில் காணப்பட்ட தொற்றுப் பூச்சிகள் விலகியதால் அவையும் குரங்குகளுக்கு எதிர்ப்புத் தெரிவிக்காமல் ஒத்துழைப்பு தந்தன. இத்தகைய செயல்பாடு பகிர்ந்து வாழும் வாழ்க்கை (Mutualism) எனப்படும் சூழல் தத்துவம் ஆகும். வேறுபட்ட இரு இன உயிரிகளிடையே ஏற்படும் தொடர்பில் இரு உயிரிகளும் நன்மை பெற்றால் அது பகிர்ந்து வாழும் வாழ்க்கை ஆகும். இவ்வகைத் தொடர்பால் சம்பவங்களில் இணை உயிரிகள் அரிதாக்வே ஒன்றோடு ஒன்று இணைந்து காணப்படுகின்றன. அவ்வாறு

இணைந்து காணப்பட்டாலும் அது தற்காலிகமானதாகும். இரு உயிரிகளும் ஒன்றினால் மற்றொன்று நன்மையே அடைகின்றன. ஆனால் ஏதேனும் ஒன்றிற்கு உணவின் தேவையே முக்கிய காரணமாக உள்ளது. மேலும் சில அனுமன் குரங்குகள் மண், சாம்பல் போன்ற பொருட்களை சிறிதளவு நக்கிச் சாப்பிடுவதாகப் புலப்பட்டுள்ளது. ஆல்ட்ரிச் - பிளேக், மூர் ஆகிய விஞ்ஞானிகள் அனுமன் குரங்குகளின் பறழ் என்று சொல்லக்கூடிய வளரும் பருவத்திலுள்ள ஆணினம் அதிகமாக பூச்சிகளை உணவுண்பதாகத் தெரிவிக்கின்றனர். எனினும் பெண் குரங்குகளும் அதிகம் கணுக்காலி பூச்சிகளை உண்கின்றன என பிற்கால ஆய்வாளர்கள் எடுத்துரைக்கின்றனர். இவ்வாறு சைவமாகவே இருக்கும் அனுமன் குரங்குகள் அவ்வப்போது பூச்சிகளை உண்ணுவது பற்றிய கோட்பாடுகளை பல அறிஞர்கள் முன்னிறுத்தியுள்ளனர். மனித இனத்தினைப் போலவே குரங்குகளும் உடலுக்கு தேவையான அதிக தரமான புரதச்சத்தினை உடல் எடைக்கு நிகராக எடுத்துக்கொள்ள பூச்சிகளை உண்கின்றன என டார்ட் என்ற விஞ்ஞான அறிஞர் 1963ஆம் ஆண்டு கூறினார். குறிப்பாக ஆண்கள் அதிக எடை உடையதால் பெண்களை விட புரதத் தேவை அதிகம் ஆகும். மேலும் பெண்களில் கர்ப்பகாலத்தில் தாய்மைத் திசுக்களுக்கும், வளரும் குட்டியின் வளர்ச்சியால் உற்பத்திக்கு புரதம் அதிகம் தேவை என ராபின்சன்லாலர் என்ற விஞ்ஞானிகள் 1982ஆம் ஆண்டு தெரிவித்துள்ளனர்.

மேற்கண்ட ஆய்வில் ஜெய்ப்பூர் அம்பாகார் வனப்பகுதியிலுள்ள 12 அனுமன் குரங்குகள் (பெண்கள்) கணுக்காலிகள் என்ற பூச்சிகளை உண்டதாகவும் குறிப்பாக அதில் 35 குரங்குகள் பால் குடிக்கும்., சிறு குட்டிகளை தன் வசம் வைத்துள்ளவை எனவும் அறியப்பட்டது. மனிதனைவிட அதிக எண்ணிக்கையில் குட்டிகளை ஈனும் அனுமன் குரங்குகளுக்கு புரதம் அதிகம் தேவைப்படுகிறது என்பது தெளிவாகிறது.

மண்ணிலுள்ள கற்கள் போன்றவற்றை இவை உண்பது கனிம ஊட்டத்திற்கு எவ்வித தொடர்புமில்லை என ஓட்ஸ் என்ற அறிஞர் தெரிவிக்கிறார். இரும்பைத் தவிர மற்ற கனிமங்கள் மண்ணில் குறைவு தானெனினும், சோடியம், பொட்டாசியம் போன்ற தாது உப்புக்கள் இவைகளை விட மண்ணில் அதிகமாக இருப்பதனால் அவற்றைப் பெற சாம்பல், உப்பு, களிமண் போன்றவற்றை அனுமன் குரங்குகள் சிறிதளவு நக்கி உண்ண வாய்ப்புள்ளது என செடன் ஸ்டிக்கர் மற்றும் மாக்நீலி ஆகியோர் 1975ஆம் ஆண்டில் தெரிவித்துள்ளனர். இத்தகைய சிறிதளவு

கனிமங்கள் புரதங்கள் உட்கிரகத்தின் பொழுது ஏற்படும் தடையினையும் நீக்குகின்றன. அனுமன் குரங்குகள் சைவக் குரங்குகளாயினும், புரதக் குறைபாட்டினை நீக்க, அசைவ உணவினை விருப்பத்துடன் நாடி பூச்சிகளை ஓரளவு உண்கின்றசெயல்பாடு, இயற்கையின் விந்தையல்லவா? இத்தகைய குரங்கினங்களை நகைப்புக்குரிய விலங்குகளாக மட்டுமே கருதாமல் நம் இளம் தலைமுறையினர், இவற்றின் சூழல் மற்றும் மனித சமூக பரிணாம வளர்ச்சியில் இக்குரங்குகளின் முக்கியத்துவத்தினை அறிந்து கொள்ளவேண்டும்.

19. ராம் கங்கா ஆற்றின் ரம்மியமான நீர்நாய்கள்!

நாய்கள் என்றால் நம்மில் பெரும்பாலானோருக்கு நன்றி உள்ள வீட்டு விலங்கு எனத் தெரிந்திருக்கலாம். ஆனால், "ஆட்டர்" (Otter) எனப்படும் விலங்கியலின் முஸ்டிலிடே குடும்பத்தினைச் சேர்ந்த சிறு பாலூட்டி விலங்குகள் நீர்ச் சூழலில் வாழும் மாமிச உண்ணிகள். நீர் நாய்கள் அரிய விலங்குகள் ஆகும். நிலத்திலும் இவை வசிக்கக்கூடியவை. எனினும் கடல் மற்றும் நன்னீர் சூழலிலும் தம் உணவை விரும்பி தேடும் இயல்புடையவை. சமூக குழுக்களாக வசிக்கும் இத்தகைய ஆட்டர் விலங்குகள் உத்ரகாண்ட் மாநிலத்தில் ராம்கங்கா ஆற்றில் அதிகமாக உள்ளன. மேலும் காசிரங்கா, துத்வா, கார்பெட் தேசிய பூங்காக்களிலும் காணப்படுகின்றன. ராம் கங்கா ஆற்றின் நீர்ப்பரப்பில் எதிரொளிக்கும் காலை சூரிய ஒளியில், தம் இரண்டு கால்களில் நின்று நீர்ச் சூழலை சுற்றிப் பார்வையிடும் ரம்மியமான நீர் நாய்கள் அழிநிலையில் உள்ளன என்ற தகவல் அதிர்ச்சியளிக்கிறது. இந்தியாவில் மூன்று வெவ்வேறு சிற்றினங்கள் நீர்நாய்கள் வசித்து வருகின்றன. அவை யூரேசியன் ஆட்டர் (Lutra otter) மெல்லுடல் போர்வை ஆட்டர் (Lutra Perspicillata) மற்றும் சிறு நகக்கால் ஆட்டர் (Aonyxcinereus) ஆகியவை ஆகும். காஷ்மீர் ஊலர் ஏரியில் காணப்பட்ட பெரும்பான்மையான நீர் நாய்கள் வேட்டையால் அழிக்கப்பட்டுவிட்டன. நேபாளம் மற்றும் திபெத் வணிகர்களுக்கு, சட்டத்திற்குப் புறம்பாக ஆட்டர் விலங்குகளின் தோல் (4000) விற்கப்பட்டு வருகிறது என்ற செய்தி, வேதனையும், வெட்கமும் கலந்த துயரநிலை ஏற்படுத்துகிறது. பெரும்பாலூட்டிகளான, யானைகள், புலிகள் போன்றவற்றின் இனத்தொகை அருகிவரும் நிலையில், அரிய சிறு விலங்கான ஆட்டர் என்ற நீர்நாய்களின் வேட்டை என்பது சிறு சம்பவமாகத்தான் பலருக்கு தோன்றலாம்! 1975ஆம் ஆண்டில், வடகிழக்கு சீனப்பகுதியின் சங்பெய்ஷன் மலைக் காடுகளில் ஒரு லட்சத்திற்கு மேற்பட்ட எண்ணிக்கையிலிருந்த ஆட்டர் நீர்நாய்கள் இன்று சில நூறுகளாக மாறிய பரிதாபநிலைக்குக் காரணம், அத்துமீறிய வேட்டையாகும். சிறுத்தை, புலி தோல்களுடன், ஆட்டர் ரோமத்திலும், திபெத், சீனாவிற்கு அதிகமாக விற்கப்படுகின்றன. இத்தகைய ஆட்டர் ரோமத் தோல், திபெத் நாட்டின் பாரம்பரிய உடையான "சுபா" (Chuba) தயாரிக்கப் பயன்படுகின்றன. அந்நாடுகளின் பல்வேறு அரசியல் மதத்தலைவர்களின் கடும் எதிர்ப்பு, வேண்டுகோளுக்குப் பிறகும், "வனவிலங்கு தோல் வணிகம்" இன்றும் தொடர்கின்றன.

ஆட்டர்கள் அதிகாலை மற்றும் அந்திநேரம் மட்டும் முழுவதும், சுறுசுறுப்பாக, செயல்படக்கூடியன என்ற கருத்து நிலவினாலும் ராம் கங்கா ஆற்றில் இவை நண்பகலில் கூட செயல்பாடுடன் கூடியவையாக விளங்குகின்றன. இந்திய மெல்லுடல் போர்வை ஆட்டர்கள் பளபளக்கும் மென்மையான ரோமத்தினால் தம் உடல் போர்வையாகக் கொண்டுள்ளன. தட்டையான வால், வலிமைமிக்க குட்டையான கால்கள், பாதங்கள், சவ்வுடன் காணப்படுகின்றன. ஆட்டர் எனும் நீர் நாய்கள், கூட்டமாக சேர்ந்து மீன்களை வேட்டையாடி உணவாகக் கொள்கின்றன. "U" வடிவத்தில் இவ்வேட்டை விலங்குக் குழுக்கள் நீரில் நீந்திச் சென்று மீன்களைப் பிடிக்கின்றன. உடனுக்குடன் கிடைக்கும் சிறு மீன்களை விழுங்குதலும், அவ்வப்போது வேட்டையாடும் பெரு மீன்களை, விழுங்குதலும், அவ்வப்போது வேட்.டையாடும் பெரு மீன்களை நிதானமாக, ஆற்றங்கரையில், அமர்ந்து உண்பதும் இதன் பழக்கமாகும். தம் உடல் வெப்பத்தினை பராமரிக்க "பிளப்பர்" என்ற அமைப்பில்லாத சில நீர் பாலூட்டிகளில் ஆட்டர் நீர் நாயும் ஒன்று. ஆட்டர்கள் தம் உடல் நிலையில் 20% சதவீதம் அளவிற்கு உணவுண்டு, அவற்றின் அதிகப்படியான உடல் வளர்சிதை மாற்றத்தினை பராமரிக்கிறது என்றால் அதிசயமல்லவா?! ராம் கங்கா ஆற்றின், சுற்றுச் சூழல் சமநிலையினை பேணுவதில், இங்கு ஆட்டர் நீர் நாய்களின் பங்கு மகத்தானது. இரைப் பிராணிகளான மீன்கள், மற்ற சிறு விலங்குகளின் அபரிமிதமான இனத்தொகையினை கட்டுப்படுத்துவதிலும் விலங்குகள், நீர்த் தாவரங்கள், குறையாமலிருக்க செய்து, ராம் கங்கா ஆற்றின் சமநிலை பேணுவதும் இதன் அரிய பணியாகும்.

ஆட்டர்கள் என்ற நீர் நாய்கள் ராம் கங்கா ஆற்றின், சிறுசிறு கற்பாறைகளின், இடுக்குகளில் தங்கி வசித்து வருகின்றன. இத்தகைய நீர் நாய்கள் பல்வேறு உப்பங்கழிகள், ஆற்றங்கரைகளில் காணப்பட்டாலும், வனத்துறையின் தொடர்ந்த கண்காணிப்பிற்கிடையிலும் வேட்டை யாடப்படுவது வேதனையானது. மேலும் பெரும் பாலூட்டிகளைப் போன்று, (யானை, புலி, சிங்கம்) தேசிய அளவில் மக்களையும், அரசின் கவனத்தினை, ஈர்க்க இயலாத சிறு பாலூட்டி விலங்கு நீர்நாய்கள், "ஆட்டர்" போன்றவை பற்றி நம் இளம் தலைமுறையினர், பள்ளி, கல்லூரி சுற்றுச்சூழல் மன்றம், தேசிய பசுமைப்படை மூலம் விழிப்புணர்வு பெறவேண்டிய கட்டாயம் உள்ளது. ஆர்வமுள்ள மாணவர்கள் ஆய்வுகளையும் நடத்தி ஆட்டர்கள் பற்றியஅறியப்படாத உண்மைகளையும் உலகிற்கு உணர்த்த இயலும். ராம்கங்காவின் ரம்மியமான நீர்நாய்கள் தொடர்ந்து பாதுகாக்கப்படும் என்ற நம்பிக்கை கொள்வோம்.

20. வௌவால்கள் வாழ வேண்டாமா?

வௌவால்கள், குறிப்பாக பழம் தின்னி வௌவால்கள், பூச்சி யுண்ணும் வௌவால்கள் போன்றவை வித்தியாசமான பறக்கும் பாலூட்டி உயிரினங்கள். ஆனால் இவ்வகை உயிரினங்கள் இரவு நேர வாழ்வியல் கொண்டிருப்பதாலோ, என்னவோ? வௌவால்கள் அச்சமூட்டும் விலங்குகளாகவும், மனிதர்களை தாக்கி, இரத்தம் குடிப்பதாகவும் பல்வேறு சகுனத்தடை போன்ற ஆதாரமற்ற மூடநம்பிக்கை களுக்கு உட்பட்ட, "பறக்கும் நரி" என்ற விலங்கு! வௌவால்கள், பழம், பூச்சிகளை உண்ணும். சூழல் சமநிலை, மகரந்தசேர்க்கை, விதைபரவுதல் போன்ற இயற்கைப் பணிகளில் ஈடுபடும் இணையற்ற அதிசய உயிரினங்கள்!

தஞ்சாவூர் அரண்மனை வளாகத்தில், வெகுகாலமாக, பழம் தின்னி வௌவால்கள் கூட்டமாக வசித்து வருகின்றன. இவ்வகை வௌவால்கள் மிகப்பெரிய அளவில், செம்பழுப்புநிற தலையினை உடையது. உடல் பின்புறம் மஞ்சள் பழுப்பு நிறத்தையுடையது. ஆண்டிற்கு ஒருமுறை இனப்பெருக்கம் செய்யக்கூடியது. இவற்றின் இயற்கைகள், முன் கைகள் (அ) கால்கள் எலும்புகளுடன் இணைந்து தோலாலான படலத்தினைக் கொண்டுள்ளது. இரவுப் பழக்கத்தினைக் கொண்ட இவை இருளில் தடைகளை "எதிரொலி உணர்வுகள்" மூலம் அறிந்து விலகிச் செல்லக் கூடியன. பல்வேறு வியத்தகு பண்புகளைக் கொண்டிருந்தாலும், பழம் தின்னி வௌவால்கள் பாலூட்டி விலங்குகளிலேயே பலரால், வெறுக்கக்கூடிய, விரும்பத்தகாத விலங்காகவே விளங்குகின்றன.

கூட்டமாய் அவை போடும் கூச்சல்ஒலி, அதன் வேட்டையாடும் தன்மையால் பாதிக்கப்படும் தோட்டங்கள்! அவற்றின் தோற்ற மாறுபாடுகள், அச்ச உணர்வு போன்ற சில எதிர்மறை செயல்பாடுகள், வௌவால்களை வெறுப்பதற்கான எண்ணங்களை மக்களிடையே ஏற்படுத்திவிட்டன என்றால், மிகையில்லை!

வௌவால்களின் முக்கியத்துவத்தினை. கல்வி நிறுவனங்கள் மூலமாக, இளம் தலைமுறையினர் உணரவும், அவற்றைப் பற்றிய அறியப்படாத உண்மைகளை வெளிக்கொணர ஆய்வுத் திட்டங்களை உருவாக்க, கர்நாடக மாநிலத்தலைநகர் பெங்களூருவில் 2104ஆம் ஆண்டு, "இந்திய வௌவால் பாதுகாப்பு அறக்கட்டளை" துவக்கப்

பட்டுள்ளது. இந்நிறுவனத்தின் பணியாளர்கள், "நாகலாந்தின் போமூர் சமூகம் வௌவால்கள் வேட்டையாடுதலை தடுத்தல் மற்றும் வட மேற்குமலைத் தொடரில், வெவ்வேறு வௌவால் சிற்றினங்கள்" பற்றி ஆய்வினை மேற்கொண்டுள்ளனர். குறிப்பாக, நாகலாந்து போமூர் சமூகம் வௌவால்களை வேட்டையாடி உண்டால் மட்டுமே, தமது ஆன்மாக்களை, முன்னோர்கள் ஏற்றுக்கொள்வர் என்ற தவறான மூடநம்பிக்கையில் வாழ்கின்றனர். அவர்களின் பிரதிநிதி மூலமாக, இச்சமூகத்தில் நல்ல மாற்றம் கொண்டுவர முயற்சிப்பதும், சவாலாகவே உள்ளது.

மிக அதிர்ச்சிகரமாக, இக்குறிப்பிட்ட வௌவால் விலங்கு பற்றிய விழிப்புணர்வு, பாதுகாப்பு முறைகள் பற்றி உரிய துறையினர், கொள்கை முடிவெடுக்கும் அரசுத்துறை சார்ந்த வல்லுனர்கள் அக்கறை எடுத்துக் கொள்ளவில்லை. யானை, புலி, சிங்கம் போன்ற பாலூட்டிகளின், வன உயிரிகளைப் பாதுகாக்க, சிந்திக்கின்ற நிலை, வௌவாலுக்கு இல்லை என்பது வருந்தத்தக்கது. அதற்குரிய விழிப்புணர்வு திட்டங்கள் ஆராய்ச்சிகள் போதுமான அளவிற்கு நம்நாட்டில் இல்லை. துரதிருஷ்டவசமாக, வேட்டையாடப்படும் வெறுப்பு விலங்குகளாக, வௌவால்கள் கருதப்படுகின்றன. எனினும் பெங்களூருவில் உள்ள "இந்திய வௌவால்கள் பாதுகாப்பு அறக்கட்டளை", வௌவால்கள் சூழலில் ஏற்படுத்தும் முக்கியத்துவம் பற்றி திரைப்படம், ஆய்வு போன்ற பல்வேறு விழிப்புணர்வு செயல்பாடுகளைத் துவக்கியுள்ளது.

இயற்கையாளர்கள், உயிரியலறிஞர்கள், ஆய்வாளர்கள் கூட, வௌவால்கள் 25% ஆக பாலூட்டி சிற்றினங்களில் மொத்த எண்ணிக்கைகளில் உள்ளது என்பதனை அறிந்திருக்க வாய்ப்பில்லை.

இயற்கைச்சூழலில் காணப்படும் அனைத்து உயிரினங்களும் ஒன்றே. அவற்றின் தோற்றமோ, வண்ணமோ, அளவுகளோ, அதன் பிரபலத்துவமோ, குறிப்பிட்ட விலங்கு பறவைகளைப் பாதுகாக்கவும், விழிப்புணர்வு ஏற்படுத்தவும் ஓர் அளவீடாக, கருதக்கூடாது. சிறு எறும்பு, பூச்சிகளிலிருந்து, மிகப்பெரிய யானை போன்ற விலங்குகள் வரை, அனைத்து உயிரினங்களும் அதன் பங்கினை, முக்கியத்துவமாக நமது சுற்றுச்சூழலில் வகிக்கிறது.

வௌவால்கள் பற்றிய பல உண்மைகள், பொதுமக்கள் நமது பள்ளி மாணவ, மாணவியருக்கு அறிய தெரிவிக்க தேசிய பசுமைப்படை, சுற்றுச்சூழல் மன்றங்கள் விழிப்புணர்வு செயல்பாடுகளை மேற்கொள்ள வேண்டும்.

21. அத்துமீறிய ஆக்கிரமிப்பு! அறிவார்ந்த மனித நோக்கமா?

வன விலங்குகள் ஊருக்குள் நுழைந்து அட்டகாசம்! மனிதர்களுக்கு பெரும் தொந்தரவு! அச்சம்! இதுவெல்லாம் தற்பொழுது வனப்பகுதிகளின் அருகிலுள்ள சிறு கிராமங்களில், நகரங்களில் அடிக்கடி நிகழ்கின்றன. எனினும் வனவிலங்குகளான யானை, புலி, சிறுத்தை மனிதர்களை நாடி விரும்பி வருகின்றனவா? அல்லது அப்பகுதியில் வாழும் மக்கள் வனப்பகுதிகளை அத்துமீறி ஆக்கிரமிப்பு செய்கின்றனரா? இதில் எது உண்மை?

சமீப காலமாக பல வனப்பகுதிகள், விவசாய நிலங்கள், வீட்டுமனைகள் உருவாக்கம் என நிலப்பயன்பாட்டு முறை மாறிக் கொண்டே வருகின்றது. வனங்களை ஒட்டிய பகுதிகளில், தொழிற் சாலைகள், கல்வி நிறுவனங்கள், புதிய குடியிருப்புப் பகுதிகள் ஆகியன உருவாகிக்கொண்டே உள்ளன. குறிப்பாகக் கோயம்புத்தூர் வனக் கோட்டத்தின் 690 ச.கி.மீ. பகுதி சிறப்பான வன விலங்கு பன்மயம் கொண்டதாகும். இதில் குறிப்பாக யானைகளின் நடமாட்ட வழிப்பாதைகளின் அருகில் பல மனித நடமாட்டப் பகுதிகளான கட்டடங்கள் ஏற்படுத்தப்பட்ட நிலை வருந்துதற்குரியது. யானைக் கூட்டங்களின் பாதைகளில் இயல்பான நடமாட்டம் தடைபடுகையில், அவை வெவ்வேறு வழிகளைத் தேடி தடுமாறி கிராமங்கள், தோட்டங்கள், வீடுகள், வழியாகச் செல்லும் நிலை ஏற்பட்டுவிட்டது. இவ்விலங்குகள் உடனடியாகப் பெரும் கோபத்திற்கு ஆளாகி மனித - வனவிலங்குகள் மோதல் நிகழ்ச்சிகள் ஏற்பட்டு வருகின்றன.

கோவை மட்டுமல்ல, நீலகிரி உயிரினக் கோளப்பகுதி, பெரியார் புலிகாடு, கேரளப் பகுதி காடுகளிலும் இத்தகைய நிகழ்ச்சிகளின் தொடர்ந்த தாக்கம் பல எதிர் விளைவுகளை ஏற்படுத்தி அப்பகுதி மக்கள், குறிப்பிட்ட வனவிலங்குகளை எதிரியாக எண்ணுகின்றனர். மனித குடியிருப்புகள், தொழிலகங்கள், விவசாய மேம்பாடு போன்றவை வனப்பகுதிகளில் அதிகம் ஏற்பட்டு வருகின்றன. நீர்ப்பாசன அணைகள், சிறிய நீர்நிலைகள் ஆகியவையும் வனவிலங்குகளுக்குத் தடையாக உள்ளன.

இந்தியாவில் வனப்பகுதிகளை ஆக்கிரமிப்பு செய்யும் நிலை அனைத்து மாநிலங்களிலும் உள்ளன. அஸ்ஸாமில் அதிகபட்சமாக, 2,59,700 ஹெக்டேர் ஆக்கிரமிக்கப்பட்டுள்ளது. ஆந்திர பிரதேசத்திலும்

2, 56, 000 ஹெக்டேர் வனப்பகுதி மனித பயன்பாட்டில் உள்ளது. கேரளா, கர்நாடகாவில் 42, 420 ஹெக்டேர் வனப்பகுதி மனித பயன்பாட்டில் உள்ளது. கேரளா, கர்நாடகாவில் 42,420 ஹெக்டேர் மற்றும் 96,014 ஹெக்டேர் முறையே மக்கள் வனப்பகுதிகளை ஆக்கிரமித்து உள்ளனர். தமிழ்நாட்டில் பல்வேறு காரணங்களுக்காக, 14,352 ஹெக்டேர் வனப்பகுதிகள் முறையற்று ஆக்கிரமிக்கப்பட்டுள்ளது.

வனவிலங்குகள் உண்மையில் வனப்பகுதிகளைத் தாண்டி வருவது மனிதர்களைத் தேடி அல்ல என்ற உண்மையினை நாம் புரிந்துகொள்ள வேண்டும். மனித இனப் பெருக்கம், வேலை வாய்ப்புகள், தொழிற்சாலை பெருக்கத்தினை காரணம் காட்டி, இயற்கைவளப் பகுதிகளை நாம் மதிக்காமல் அழிக்கின்ற நிலை வேதனைக்குரியது. எனினும் வன எல்லையிலிருந்து, குறைந்தது மூன்று முதல் ஐந்து கி.மீ. பகுதி மனித நடமாட்டமற்ற பகுதியாக அறிவிக்க வேண்டும். இதற்கான வனம் மற்றும் சூழல் மத்திய அமைச்சகம், மலைப்பகுதி பாதுகாப்பு ஆணையம் போன்ற அரசுத்துறைகள் ஏற்படுத்திய வழிகாட்டு நெறிகளை மற்ற துறைகளும், நிறுவனங்களும் பின்பற்ற வேண்டும்.

வனவிலங்குகள் என்பவை மனிதர்களுக்கு எதிரிகளா? இல்லையெனில் இயற்கையின் வரங்களா? என்பதனை நாம் சிந்தித்தல் அவசியமாகும். இயற்கையின் இனிய சூழலின் வரங்கள் அவை என்பதனையும், சூழல் சங்கிலியின் இணைப்பில் ஒன்று என்பதையும் அறிய வேண்டும். மனிதனின் மன மகிழ்வுக்காக மட்டுமல்ல, மனித குலத்தின் வாழ்வில் அங்கமாகவும் வனவிலங்குகள் திகழ்கின்றன.

சக மனிதர்களையே, மனிதன் மதிக்காமல், அவர்களது நிலங்களை ஆக்கிரமித்தலும், மிரட்டிப் பணம் பறித்தலும் நடைபெறுகின்ற இந்நாட்களில், வனவிலங்குகளின் இல்லங்களான அடர்ந்த வனப்பகுதிகளை அச்சமில்லாமல், அமைதியாக மனிதன் ஆக்கிரமிப்பது அநியாயம். அநீதி என்பதை நாம் ஏன் உணர இயலவில்லை. மனிதர்களாகிய நாம் ஆறறிவு பெற்ற பெருமையுடன், கணிப்பொறிகளையும், விண்வெளி ஏவுகணைகளையும் கண்டுபிடித்தோம்! ஆனால் சக உயிரினங்களின் வாழ்வை அங்கீகரிக்கவோ, அவற்றைப் பற்றி அக்கறைகொள்ளாமல் வேட்டையாடுதலும், வேதனைப்படுத்துதலும் மிகுந்த கண்டனத்திற்கு உரியது. இனியேனும் வனவிலங்குகளின் முக்கியத்துவத்தினைப் புரிந்துகொள்ள வேண்டும்.

அண்டை வீட்டார் நம் நிலத்தினை அத்துமீறி ஆக்கிரமித்தால் "நில ஆக்கிரமிப்பு தனிப்பிரிவு" காவல்துறையில் நாம் புகார் தர இயலும். ஆனால் வனங்களை நாம் ஆக்கிரமித்தால் யானை, புலிகள் போன்றவை புகார்செய்ய எங்குச் செல்லும்? சிந்திப்போம்!

22. வனவிலங்கு ஆராய்ச்சியில் மயக்க மருந்துகள்

சமீப காலமாக நம் இந்திய நாட்டின் சுற்றுப்புறச் சூழல், காடுகள், வனவிலங்குகள் பாதுகாப்புப் பிரச்சினைகளைப் பற்றி நமது அரசு மிக்க அக்கறை கொண்டு சுற்றுப்புறச் சூழல் அமைச்சகத்தின் மூலம் பல்வேறு திட்டங்களை இயற்றி அதை செவ்வனே செயல்படுத்த நடவடிக்கைகளை மேற்கொண்டு வருகிறது. மேலும் வனவிலங்குகளை பாதுகாக்கவும், சரணாலயங்களிலும், தேசீய பூங்காக்களிலும் சிறப்பான மேலாண்மை செய்வதற்கும் வனவிலங்குகளைப் பற்றிய அறிவியல் பூர்வமான ஆராய்ச்சிகளை நடத்த சில சேவை நிறுவனங்களையும், பல்கலைக் கழகங்கள், கல்லூரிகளையும் சுற்றுப்புறச் சூழல் அமைச்சகம் நிதி உதவியுடன் ஊக்குவிக்கிறது.

வனவிலங்குகளைப் பற்றிய ஆராய்ச்சியினை மேற்கொள்ளும் கள ஆராய்ச்சியாளர்கள் (Field Scientists) முறையாக களப் பயிற்சி பெற்றபின், நல்ல ஆரோக்கியம் கொண்டவராயும் இடைவிடாத ஊக்கமும், பொறுமையும் கொண்டவராக இருத்தல் மிக அவசியம். ஏனெனில் அவர்கள் காடுகளில் அலைந்து, திரிந்து பல்வேறு கடினமான, ஆபத்தான சூழ்நிலைகளில் வனவிலங்குகளை நேரடியாகக் கண்டு அதன் சூழ்நிலை, நடவடிக்கைகளைப் பற்றி ஆராய்கின்றனர்.

தற்பொழுது இவ்வாறான கடினமான ஆராய்ச்சிகள் குறிப்பாக புலி, யானை, மான்கள் "கார்" காட்டெருமை, சிங்கம் போன்ற விலங்குகளின் வசிப்பிட எல்லை, (Home Range) இடப்பெயர்ச்சி (Migration) இருப்பிட பயன்பாடு (Habitat Utilization) உணர்வு பழக்க வழக்கங்கள், இனப்பெருக்கம் போன்ற தகவல்களை அறிய ரேடியோ டெலிமெட்ரி (அ) தொலை உணர் கருவி (Radio Telemetry) என்ற நவீன கருவிகளை பயன்படுத்தும் முறை கண்டறியப்பட்டுள்ளது. மிகச் சிறிய இக்கருவிகள் (அ) டிரான்ஸ்மிட்டர்களை கடினமான காட்டு விலங்குகளின் கழுத்தில் பொருத்திய பின்பு மிக தொலைவிலிருந்து கூட அவற்றின் நடவடிக்கைகளை கண்காணிக்க இயலும். இக்கருவிகளை பொருத்துவதற்காக குறிப்பிட்ட சில விலங்குகளை அடையாளங்கண்டு அவற்றை சில மயக்க மருந்துகளால் (Immobilisation Drugs) செயலிழக்க செய்து, கருவிகளை பொருத்தியபின் விலங்குகளை மயக்கத்திலிருந்து மீளவும் (Revival) செய்யும் சில மருந்துகளை செலுத்துவதும் செயல்படுத்தப்படுகிறது.

1976 - 1979-ஆம் ஆண்டுகளில் மலேசியாவில் மலேசிய வனவிலங்கு தேசீய பூங்கா துறையைச் சேர்ந்த பால். ஜே. கான்ரி என்ற விஞ்ஞானி மலேசிய காட்டெருமைகளின் (Malayan Gaur) சுற்றுப்புறச் சூழல் வாழ்க்கை பற்றிய கள ஆராய்ச்சியினை மலேசியா, தென்மேற்கு தாய்லாந்து பகுதியிலுள்ள வெப்ப பசுமை மாறா மழைக் காடுகளில் மேற்கொண்ட பொழுது எடோர்பைன் + அசிப்பேராமைசைன் (Etorphine + Acepromazine) கலவையினைக் கொண்ட மயக்க மருந்துகள், ஆசாபீரோன், ராம்பன் (சைலசின்) (Azaperone, Xylazine) என்ற மருதுகளை பயன்படுத்தி எட்டு காட்டெருமைகளை வெற்றிகரமாக செயலிழக்கச் செய்து அதன் பிறகு தொலை உணர் கருவிகளை பொருத்தி அவற்றின் நடவடிக்கைகளை கண்காணித்தார். *1983-84*இல் வடமேற்கு உத்திரப்பிரதேசத்திலுள்ள ராஜாஜி சரணாலயத்தில் ஆசிய யானைகளின் வாழ்விட பயன்பாடு (Habitat Utilization) பற்றிய ஆய்விலும் ஆறு காட்டு யானைகளை மயக்கமுறச் செய்து கழுத்தில் தொலை உணர் கருவியினைப் பொருத்தி ஆராய்ச்சி செய்யப்பட்டது. இந்த செயல்பாட்டில் எடோர்பைன் ஹைட்ரோ குளோரைடும் (Etrophine Hydrochloride) ஆசிப்ரோமைசன் மாலியேட் (Acepromazine Maleate) என்ற மயக்க மருந்துகளும், (Immobilon) மயக்க மீட்சிமருந்தாக (Revion) டையபிரிநார்பைன் ஹைட்ரோ குளோரைடு (Diaprenorphine Hydrochloride) பயன்படுத்தப்பட்டது. மயக்க மருந்துகள் 63 மிமீ நீளம், 2 மி. மீ சுற்றளவு, 8 மி. மீ துளை உடைய அம்புகள் (Dart) மூலம் அதற்குரிய பிரத்யேக துப்பாக்கியால் எய்யப்பட்டு மயக்கமடைய செய்யப்படும்.

இதே போல் வனவிலங்குகளை மயக்கமுறச் செய்யும் முறைகள் ஆப்பிரிக்கக் காட்டு யானைகளிலும், மலேசியா, ஸ்ரீலங்கா பகுதிகளில் ஆசிய காட்டு யானைகளிலும் பயன்படுத்தப்பட்டு அவற்றைப் பிடித்து, பழக்கப்படுத்தி (Taming) வனத்துறையில் வளர்ப்பு யானைகளாக மாற்றுகிறார்கள். இம்முறையானது வழக்கமான பழங்கால "கெத்தா" "மேலஷ்கார் (Khedda, Melashikar) முறைகளைவிட எளிதாக, விலங்குகட்கு அதிக தொந்தரவில்லாமலும் பிடிக்கலாம். இம்முறை பயிர்களை அழிக்கும் முரட்டு யானைகளைப் பிடித்து இடம் பெயரச் செய்யவும் (Translocation) பயன்படுத்தப்படுகிறது. தொலை உணர்கருவியைப் பொருத்தி கண்காணிக்கும் இந்த ஆராய்ச்சி முறை (Radio - Telemetry) *1989*-இல் *4* புலிகள், *3* சிறுத்தை புலிகளில் நேபாளில் உள்ள சிட்லான் தேசீய பூங்காவிலும் மேற்கொள்ளப்பட்டது.

*1990*இல் கர்நாடக மாநிலத்தைச் சேர்ந்த நாகர்ஹோலே என்ற சரணாலயத்தில் வனவிலங்கு ஆராய்ச்சியாளர்கள் டாக்டர் உல்லாஸ் கரந்த், டாக்டர் மெல்வின் சங்க்விஸ்ட் ஆகியோரது மாமிசபட்சினி

தாவர பட்சினி உறவு முறைகள் பற்றிய கள ஆராய்ச்சியில் புலிகளுக்கும், சிறுத்தைப் புலிகளுக்கும் மயக்க மருந்துகள் (Immobilising Drugs) கொடுக்கப்பட்டு ரேடியோ காலர்பட்டை (Radio-Collar Tagging) பொருத்துதலும் வெற்றிகரமாக நடைபெற்றது. துரதிருஷ்டவசமாக அவ்வனத்தில் உள்ள 2 புலிகள் தமக்குள் ஏற்பட்ட சண்டையினால், ஒன்றையொன்று தாக்கி இறந்தது. இவ்வகை கள ஆராய்ச்சியில் பயன்படுத்தப்பட்ட மயக்க மருந்துகளும், தொலை உணர்கருவியுமே இறப்பிற்கான காரணம் என்ற ஒரு தவறான கருத்து மக்களிடையே பரப்பப்பட்டு அது மாநில அரசாலும் ஏற்றுக்கொள்ளப்பட்டு சிறந்த ஓர் ஆராய்ச்சியை மேலும் தொடராமல் கைவிடப்படக்கூடிய பரிதாபகரமான சர்ச்சைக்குரிய சூழ்நிலை அங்கு நிலவுகிறது.

உண்மையில் இவ்வகை மயக்க மருந்துகள் ஆபத்தை விளைவிக்கக் கூடியதா? இல்லை, ஏனெனில் மருந்துகளைக் குறிப்பிட்ட அளவில் நன்கு பயிற்சி பெற்ற வனவிலங்கு ஆராய்ச்சியாளர்கள், புகழ்பெற்ற மேற்கத்திய விலங்கியல் விஞ்ஞானிகளின் துணைகொண்டு பயன்படுத்தி விலங்குகளுக்கு எவ்விதமான பாதிப்புமின்றி ஆராய்ச்சி செய்கின்றார்கள். நம் நாட்டில் இவ்வகை ஆராய்ச்சிகள் செய்வதற்கான அடிப்படையான வனவிலங்கு பாதுகாப்புப் பற்றி கல்வி சரணாலய தேசிய பூங்கா பாதுகாப்பு - மேலாண்மை வழிமுறைகள் பற்றிய படிப்புகள் ஒருசில பல்கலைக்கழகங்கள் மட்டுமே கற்பித்து வருகிறது. ஆசியாவிலேயே மிக அதிகமான அளவில் வனவிலங்குகளையும், வண்ணவண்ண பறவைகளைக் கொண்ட நம் நாட்டில் உள்ள இந்த நிலை வருந்துதற்குரியது. மத்திய அரசு சார்பான டேராடூனில் இந்திய வனவிலங்கு கல்வி, ஆராய்ச்சி நிறுவனம் (Wild Life Institute of India) மற்றும் பம்பாய் இயற்கை வரலாற்று சங்கம் (Bombay Natural History Society) என்ற சேவை நிறுவனமும் மேலை நாடுகளின் விஞ்ஞானிகளின் ஆலோசனை கண்காணிப்புப்படி இந்தியாவில் மேற்கு மலைத்தொடர் இமயமலைத்தொடர் சரணாலயங்களில் பல்வேறு வனவிலங்குகளில் ஆராய்ச்சிகளை மேற்கொண்டுள்ளது. அழகிய வனவிலங்குகளை பல்வேறு தட்பவெப்பநிலை, சூழ்நிலைகளில் அவற்றை நன்முறையில் பேணி பாதுகாத்து மேலாண்மை செய்ய தேவையான உண்மைகளை அறிய இவ்வகை ஆராய்ச்சிகளை நன்முறையில் ஆதரிப்பதும், ஊக்குவிப்பதும் நமது கடமையாகும்.

23. உள்ளாட்சி அமைப்பில் சுற்றுச்சூழல் நிர்வாகம்

சுற்றுச்சூழல் பற்றியும், அதன் பாதுகாப்பின் அவசியம் குறித்தும் கடந்த பத்தாண்டு காலமாக மிக அதிகமாக உலகெங்கிலும் பேசப்பட்டு வருகின்றது. குறிப்பாக இந்தியா போன்ற வளரும் நாடுகளில் சுற்றுச்சூழல் சீர்கேடு மிக அதிகமாக உள்ளதால், சுற்றுச்சூழல் பற்றிய விழிப்புணர்வு மக்களிடையே தோற்றுவிக்கப்பட வேண்டிய கட்டாய நிலை உருவாகிவிட்டது.

சுற்றுச்சூழல் என்றால் என்ன?

உயிருள்ள பொருட்களான தாவர, விலங்கு, மனித இனங்களுக்கும், உயிரற்ற பொருட்களான மண், நீர், நிலம், காற்று சூரிய ஒளி, வேதிப்பொருட்கள், தாது உப்புகள் ஆகியவற்றுக்குமிடையில் உள்ள தொடர்பு நிலையாக இருப்பது ஆகும். இந்தத் தொடர்பு உணர்வு சங்கிலியாக அமைந்து உணவு வலையாக மாறியிருப்பது இயற்கையின் அமைப்பு ஆகும். இந்த வலை தொடர்பு அங்கங்கே துண்டிக்கப்படும் நிலை ஏற்பட்டால் அது சூழல் சீர்கேடு என அழைக்கப்படும். வள்ளுவர் தமது திருக்குறள் மூலமாக

'மணிநீரும் மண்ணும் மலையும் அணிநிழற்
காடும் உடையது அரண்'

என ஒரு நாட்டிற்கு எது அத்தியாவசியமான தேவை என்பதை நீர், மண், மலை, காடு என அழகாகக் குறிப்பிட்டுள்ளார். நமது தாய்த்திருநாடான இந்திய நாடு, அனைத்து இயற்கை வளங்களையும் ஒருங்கே அமையப் பெற்றிருக்கின்றது. வடக்கே இமயமலைத் தொடர், வடகிழக்கு பிராந்திய வனங்கள், சமவெளிப் பகுதி, பாலைவனம் கிழக்கு, மேற்கு மலைத்தொடர், அழகிய கடற்கரைப் பகுதி என பல்வேறு விதமாக அமைந்துள்ளது.

இந்தியா உலகின் மிகச்சிறந்த பன்னிரண்டு உயிரின வேற்றுமைப் பகுதிகளில் ஒன்றாக விளங்குகிறது. ஆனால் 33 சதவீதம் வனங்கள் இருக்கவேண்டிய நிலையில் இன்று 17 சதம் மட்டுமே உள்ளது. எனினும், 45,000 தாவர வகைகள், 1200 சிற்றின பறவைகள், 370 பாலூட்டி இனம், 400 ஊர்வன, 180 நீர்நில வாழ்விகள் இங்குக் காணப்படுகின்றன. இந்த

அரிய இயற்கை வளங்கள் ஏறக்குறைய 500க்கு மேற்பட்ட தேசீயப் பூங்காக்களிலும், 80க்கு மேற்பட்ட சரணாலயங்களிலும் காணப்படுகிறது.

இந்தியாவை பொறுத்த வரை சூழல் பிரச்சினைகளுக்கு எண்ணற்ற காரணங்கள் உள்ளது. அவற்றில் மிக முக்கியம் 1. விலங்கு தாவர இனத்தொகையின் அதிகரிப்பும் இயற்கை வளங்கள் மீது அவற்றின் கடுமையான ஆக்கிரமிப்பும். 2. தொழிலக மாசுபாடு 3. சூழல் அறிவு குறைபாடு. நமது நாடு புதிய பொருளாதார கொள்கைகளின் அடிப்படையில் தொழில், மின்னணு சாதன உற்பத்தி வளர்ச்சிக்காக முன்னேறிக் கொண்டிருக்கின்ற நிலையில், நமது தேசத்தந்தை மகாத்மா காந்தியடிகள் கூறிய "கிராமங்களே இந்தியாவின் முதுகெலும்பு" என்ற கூற்றுக்கேற்ப அமைந்த நமது கிராம இயற்கைவளம் குறைந்து கொண்டே வரக்கூடிய நிலை தற்பொழுது ஏற்பட்டுள்ளது என்பது வருந்துதற்குரிய உண்மையாகும். இந்த நிலை தொடர்ந்தால் நமது கிராமத்திலுள்ள வளங்கள் அழிந்து குளம், ஏரி வறண்டு பாலை நிலங்களாகும்.

எனவே மேலைநாடுகளுக்கு இணையாக பொருளாதார வளர்ச்சியை அடைந்துகொண்டே நமது இயற்கை வளத்தை அடியோடு அழித்துவிடாமல் காப்பாற்ற ஒரு நிலையான வளர்ச்சி (Sustained development) தேவை என்ற கருத்து தற்பொழுது ஏற்பட்டுள்ளது. வளர்ந்து வரும் மக்கள் தொகைக்கேற்ப நாம் உணவு உற்பத்தியை அதிகரித்துக் கொண்டே இருக்க வேண்டி உள்ளது. 1891-இல் இந்தியாவின் மக்கள்தொகை 281 மில்லியனாக மட்டுமே இருந்தது. 1942 - 43இல் கடும் வறட்சி ஏற்பட்டது. ஆனால் சுதந்திரத்திற்குப் பிறகு பல நல்ல திட்டங்கள் மூலம் உணவு உற்பத்தி பெருகி, தேவைக்கேற்ப கையிருப்பு மக்களுக்கு பொது விநியோகமுறை, வேலைக்கு உணவு என்று ஓரளவுக்கு முன்னேற்றம் ஏற்பட்டது. ஒவ்வொரு ஐந்தாண்டுத் திட்டத்தின்போதும், வறுமை ஒழிப்புக்காக பல செயல்பாடுகள் மீண்டும் மீண்டும் நடைமுறைப்படுத்தப்பட்டாலும் திட்டகுழு அறிஞர்களின் ஆய்வுப்படி தற்பொழுது 360 மில்லியன் மக்கள் வறுமைக்கோட்டுக்கு கீழ் உள்ளதாக அறிவிக்கப்பட்டுள்ளது.

நெடுங்கால சூழல் பிரச்சினைகளான கடல் மட்ட உயர்வு, தட்ப வெப்ப மாற்றம், கதிர்வீச்சு போன்றவையினால் நிலவளம் சீர்கெட்டு வறட்சி ஏற்படும் நிலை எதிர்காலத்தில் உள்ளதெனினும் நாட்டின் அடிப்படை வளர்ச்சிக்கு அத்தியாவசியமான நீர், நில வளம், உயிரின வேற்றுமை ஆற்றல் பெருக்கம் ஆகியன மிக முக்கியமான காரணிகள் ஆகும். இந்தக் காரணிகள் மக்கள்தொகை பெருக்கத்தையும் அவர்களது தனிமனித நுகர்வுத் தன்மையையும் பொறுத்தே அமையும். அமெரிக்க

ஆய்வறிஞர் வெஸ்டர் என்பவர் "நமது எதிர்கால உணவு பாதுகாப்பு, குடும்ப அமைப்பை திட்டமிடுபவர்கள் கையில் மட்டுமே உள்ளது" என்கிறார். தற்பொழுது இந்தியாவில் 0.20 ஹெக்டேர் அளவிற்கு குறைவாகவே ஒருவருக்கு வளமான நிலம் உள்ளதாக கணக்கிடப் பட்டுள்ளது. மொத்தம் 235 மில்லியன் ஹெக்டேர் பரப்பளவில், 166 மில்லியன் ஹெக்டேர் பயனற்றதாகிவிட்டது.

நீர்ப்பாசனத்தில் ஏற்பட்டுள்ள செயல்முறை மாற்றங்கள் கவலையளிக்கக் கூடியதாக உள்ளது. அனைவரும் ஆழ்நிலத்தடி நீரை நம்பியுள்ள நிலையில் நிலத்தடி நீர்மட்டம் குறைந்து வருகிறது. 1965 - 66இல் மூன்றில் ஒரு பகுதி விளைநிலங்களில் மட்டுமே இவ்வாறு பயிரிடப்பட்டது. ஆனால் 50 சதத்துக்கு மேலான சாகுபடி நிலங்களில் தற்பொழுது ஆழ்குழாய் நீரையே பயன்படுத்துகிறோம். எனினும் மண்புழு வளர்த்தல் மூலமாக மண்வளம், நீர்வளம் பெருக்கம் என சமீபகாலமாக பல திட்டங்கள் தோன்றியுள்ளது மகிழ்ச்சிக்குரியது. உணவு உற்பத்திக்காக இந்தியாவில் உள்ள விளைநிலங்களில் 40 சதம் (விவசாய நிலங்கள்) மேய்ச்சல் பகுதியாக உள்ளது. அதில் எண்ணற்ற ஆடு, மாடு மேய்ச்சல் ஏற்பட்டு நிலம் பயனற்றதாக ஆகும் நிலை ஏற்பட்டுள்ளது. ஐம்பதாண்டுகளுக்கு முன்னதாக இருந்த கிராம வனப்பகுதி குறைந்து கொண்டே வந்துள்ளது. உலகின் 16 இல் மிக வேகமாக அழிந்துவிடும் வனப்பகுதிகளில் ஒன்றாக நமது மேற்கு மலைத்தொடர் காணப்படுகிறது. எனவே, நீர், நிலவளம் குறைவது, வன, தாவர மரபணுக்கள் அழியக்கூடிய நிலை நமது நாட்டில் ஏற்பட்டு வருகிறது. இவ்வாறு உள்ள சூழல் பிரச்சினைகள் வறுமை நிலை, மக்கள்தொகை, சூழல் சீர்கேடு ஆகிய காரணிகள் ஒன்றுக்கொன்று இணைந்து காணப்படுகிறது. எனவே, மக்கள்தொகை குறைப்பு, நீர் நிலவளத்தை நிலையாக நமது கிராமங்களில் பயன்படுத்துதல் என்ற முறைகளை பின்பற்ற வேண்டும். இதற்கான திட்டங்கள் "பஞ்சாயத்துராஜ்" முறை மூலமாக சிறப்பாக செயல்படுத்த இயலும் என வேளாண்மை விஞ்ஞானி டாக்டர் எம்.எஸ்.சுவாமிநாதன் கூறியுள்ளார்.

சூழல் சீரமைப்புக்கு இந்த நாட்டின் மக்கள்தொகை கட்டுப் படுத்தப்பட வேண்டும் என்பது நம்மில் பெரும்பாலோர் ஒத்துக் கொண்டுள்ள உண்மை என்றாலும்கூட சமீபத்தில் இந்திய மனித இயல் கணக்கெடுப்பு நிறுவனம் நடத்திய ஓர் ஆய்வு நமக்கு புதிய தகவல்களை அளிக்கிறது. இதன் அடிப்படையில் இந்திய சூழல் பிரச்சினைக்கு சமூக அமைப்பில் காணப்படும் சில குறைகளும், வளத்தின் சமமற்ற விநியோகித்தல் தன்மையுமே காரணம் என அறியப்படுகிறது. இந்தியாவில் உள்ள 32 மாநிலங்களில் உள்ள 4835 வகுப்புகளைச் சேர்ந்த

ஏறக்குறைய 25000 நபர்களிடம் செய்த ஆய்வின்படி இயற்கை வளத்தை நம்பி கிராமங்களிலும், மலை காடுகளிலும் தம் வாழ்க்கையை அமைத்துக்கொண்ட பல்வேறு இனமக்களின் குடும்ப அமைப்பு பெரியதாகவும், அவர்களுடைய தனித்திறமை பரம்பரையாக வருகின்ற தெனவும், குழந்தை தொழிலாளர் நிலை அங்குக் காணப்படுவதாகவும், மேலும் அங்கு தனிமனித ஊதியம் மிகக்குறைவாக உள்ளதாகவும் தெரிகிறது. நகரத்தில் வாழ்கின்ற, நல்ல வேலைவாய்ப்புகளில் உள்ள இனங்கள் மிகச்சிறிய குடும்பங்களை அமைத்துக்கொண்டு கல்வியில் சிறந்து விளங்கி நவீன அறிவியல் வாழ்க்கை வசதிகளை ஏற்படுத்திக் கொள்பவர்களாக அமைந்துள்ளனர் என அறியப்பட்டுள்ளது. இந்நிலையில் இயற்கை வளத்தை நேரடியாக நம்பியிருப்பவர்களைவிட நகர வாழ் மக்களே அதிகப்படியான இயற்கை வளத்தை மறைமுகமாக மின்சாரம், இயற்கை எரிவாயு, பெட்ரோல் போன்ற பல்வேறு பொருட்களின் வழியாகக் குறைத்துக்கொண்டு வருகின்றனர். எனவே, இயற்கை வளத்தை தமது அடிப்படையாகக் கொண்ட கிராம மக்களின் வாழ்வை வறுமைப்பிடியிலிருந்து அகற்ற நிலச்சீர்திருத்தம், நீர்ப்பாசன மேலாண்மை, மரம் வளர்த்தல், வனவிலங்கு பாதுகாத்தல் போன்றவற்றைப் பற்றி சூழல் அறிவினை அவர்களுக்குத்தர வேண்டும். இயற்கையோடு இயைந்து வாழும் கிராம மக்களிடம் மக்கள்தொகை வளர்ச்சியின் பாதிப்பினைக் கூறி அவர்களது வளத்தை அவர்களைக் கொண்டே சீராக மேலாண்மை செய்யும் நிலை வரவேண்டும்.

ஒரு சமுதாயத்தில் வறுமையின் அளவுகோட்டினை அறியவும், அளக்க உதவுவதும் ஆற்றலே ஆகும். ஒவ்வொரு தனி குடும்பத்தில் உள்ள பொருளாதாரம், சுகாதாரம், கல்வி, வாழ்க்கை நிலை ஆகிய பல்வேறு முறைகளில் மாறுபடக்கூடியது. எனினும் வீட்டு நிர்வாகத்தினை மட்டுமே நெடுங்காலமாக செவ்வனே செய்து வந்த மகளிர் தற்பொழுது பல்வேறு துறைகளில் தமது ஆற்றலை அதிகமாகச் செலவிடுகின்றனர். குறிப்பாக கிராமங்களில் ஆண், பெண் ஆகிய இருபாலோர் விவசாய வேலை செய்தாலும், பெண்களுக்கு வீட்டு அலுவலுடன், எரிபொருள் சேகரித்தல், நீர் சேகரித்தல் போன்ற பணிகளில் (53%) அதிகப்படியான ஆற்றலை இழக்கக் காரணமாகியுள்ளது. எனவே கிராமங்களில் மனித நேரம், ஆற்றல் ஆகியன பெருமளவில் வீணாக்கப்படுகிறது. ஒரு நாளைக்கு தேவையான எரிபொருள் சேகரிக்க 4 முதல் 6 மணி வரை செலவழிப்பதும், 7 முதல் 10 கி.மீ.வரை நடந்து செல்லவும் ஆற்றல் பொருளாதார ரீதியாகவும், சுகாதார ரீதியாகவும் அவர்களது குடும்பத்தில் பாதிப்பினை ஏற்படுத்துகிறது. எடுத்துக்காட்டாக குஜராத் மாநிலத்தில் நடந்த ஆய்வு ஒன்றின் அடிப்படையில் சரியாக பராமரிக்கப்படாத எரிபொருள் ஈர விறகினை எரித்து 3 மணி நேர

உணவு சமைப்பதால் அடுப்பு புகையில் உள்ள பென்சோபைரின், கார்பன் மோனாக்சைடு அங்கங்கே மாசு மட்டுமின்றி, 1 கி.மீ.க்கு 700 மிலி கிராம் திடமாசு ஆகியவற்றினை கிராம மகளிர் சுவாசிக்கும் நிலை ஏற்படுகிறது. இந்தக் காற்று மாசு 400 சிகரெட்டுகளிலிருந்து உருவாகும் புகைக்கு ஒப்பானதாகக் கருதப்படுகிறது. மேலும் இளவயது கிராம மகளிர் குடும்ப பணிகளில் ஈடுபடுத்தப்படுவதால் அவர்களது உடல்நலம் பாதிக்கிறது. நீர் மாசுபாடுகளால் கிராம மகளிர் (92%) கர்ப்ப காலத்தில் பல நோய்களால் பாதிக்கப்படுவதாகவும் தகவல்கள் தெரிவிக்கின்றன. இந்நிலை மாற பெண் கல்வி, நல்ல சுகாதாரம், எரிபொருள் முறைப்படுத்துதல், சுற்றுச்சூழல் விழிப்புணர்வு போன்றவைகள் கற்பிக்கப்படுவது அவசியமாகும்.

இந்திய சுற்றுச்சூழல் பிரச்சினைகள் தீரவும், அதேசமயம் கிராம மக்களின் வறுமை நிலை மாறவும் நிர்வாக முறையிலும் சில சீர்திருத்தங்களையும் மாற்றங்களையும் கொண்டு வரவேண்டிய நிலை ஏற்பட்டுள்ளது என பெங்களூர் இந்திய அறிவியல் கழக சூழல்துறை விஞ்ஞானி முனைவர் மாதவ் காட்கில் கூறுகிறார். கிராம இயற்கை வளங்களின் மூலம் கிடைக்கும் ஆதார மூலப்பொருட்களை நகரப்பகுதிகளுக்கு எடுத்துச் சென்று உற்பத்திப் பொருளாக உருவாக்கும் நிலை மாறி, ஒவ்வொரு கிராம வனப்பகுதி மக்களிடமே அந்த இயற்கை வளத்தை நிர்வகிக்கும், மூலப்பொருட்களை சேகரிக்கும் திறமையினை ஊட்டி அவர்களே அதனை மேலாண்மை செய்ய திட்டங்கள் வகுக்கப்படுவது மிகவும் அவசியமாகும். இதேபோல் கல்வி, சுகாதாரம் போன்ற துறைகளுக்கான அமைப்பையும் உருவாக்கி அதன் மூலம் கிராம மக்களின் வறுமையினை ஒழிக்க வழிகளை ஏற்படுத்தலாம். இதற்கு அடிப்படையாக பஞ்சாயத்துராஜ் முறை தற்பொழுது நமது அரசால் எற்படுத்தப்பட்டுள்ளது நல்ல அறிகுறியாகத் தோன்றுகிறது. எனினும் இந்தியாவின் கிராம வறுமை நிலை நீங்க ஒற்றுமை, பெண் கல்வி, சுகாதாரம், சுற்றுச்சூழல் வகுப்புவாதம், சாதி பேதமற்ற சமூக அமைப்பு போன்ற காரணிகளிலும் கவனம் செலுத்தப்படுவது முக்கியமாகும். குஜராத் மாநிலத்தில பரூச் மாவட்டத்திலுள்ள கேத்திபாடா கிராமத்தில் மக்களின் ஒற்றுமையான சுய பங்கேற்பினால் நீர்ப்பாசன மேலாண்மை கூட்டுக்கிணறு மூலம் செயல்படுத்தப் பட்டுள்ளது. அரசிடம் கடன் பெற்று பால் பண்ணை நடத்தப்பட்டது. மீண்டும் கடன் திரும்ப அரசுக்கு செலுத்தப்பட்டது குறிப்பிடத்தக்கதாகும். இமாலய மாநிலத்தில் உள்ள ஜர்தார் கிராமம் வறண்டு போன மரங்கள் அனைத்தும் வெட்டப்பட்ட நிலையில், 15 ஆண்டுகளுக்கு முன்னால் வன பாதுகாப்பு குழுக்கள் துவங்கப்பட்டு தற்பொழுது விவசாயத்திலும்,

மரம் வளர்த்தலிலும் முன்னணியில் நிற்கிறது. பீகாரில் பாலமூ மாவட்டத்தில் உள்ள ஐபார் கிராமத்திலும் மரங்கள் நடும் இயக்கம் தோன்றி 60,000 மரங்கள் நடப்பட்டு பல்வேறு உயிரின வளங்களுடன் அதிக வருமானத்தையும் ஈட்டி தற்பொழுது அக்கிராமத்தில் பள்ளிக்கு புதிய கட்டடத்தை கிராம மக்களே கட்டி சீரமைத்துள்ளனர் என்பது வியக்கத்தக்கது.

எனவே, நாம் தற்பொழுது நிலையான தொடர் வளர்ச்சி என்ற கோட்பாட்டினைப் பின்பற்ற வேண்டும். 1974இல் இருந்து உணவு தொழிற்புரட்சியினால் நாடு முன்னேற்றமடைந்தாலும், அதிக மக்கள்தொகை சுமையாக மாறி, கிராம மக்கள் இயற்கை வள உயிரின வேற்றுமை விழிப்புணர்வு அற்று வனங்களை அழித்தலிலும், அதனை மாசுபடுத்துவதிலும் முதன்மை வகிக்கின்றனர். நீர்வள ஆதாரங்களைப் பற்றி கவலைப்படவில்லை. எனவே, நிலையான வளர்ச்சி மனித குலத்துக்கு நன்மை தரவேண்டுமானால் பொருளாதார வளர்ச்சி உயிரின சூழல் பாதிப்பு இல்லாமல் இருக்க வேண்டும். மாற்று எரிபொருள், எரிபொருள் சிக்கனம், குடும்ப கட்டுப்பாடு, உணவு உற்பத்தி, சுகாதாரம், மாசு நீக்கல், உயிரின பாதுகாப்பு, இயற்கை உரங்களை பயன்படுத்துதல், சூழல் நட்புடைய விவசாயம், பெண் கல்வி, கிராமங்களில் இயற்கை வளத்தைக் கொண்டே சிறுதொழில் துவங்குதல் போன்ற பல்வேறு திட்டங்கள், ஒருங்கிணைந்த ஊரக வளர்ச்சித் திட்டம் (ஐ.ஆர்.டி.பி), ஜவஹர் வேலை வாய்ப்புத்திட்டம் போன்றவைகளுடன் இணைக்கப் பட்டுள்ளன. எனினும் சமீப காலத்தில் ஏற்பட்டுள்ள ஊராட்சி, ஊராட்சி ஒன்றியம், மாவட்ட ஊராட்சி அமைப்பு ஆகிய அமைப்புகளின் மூலம் சுற்றுச்சூழல் விழிப்புணர்வு பாதுகாப்பு குழுக்கள் செயல்படுத்தும் குழுக்கள் போன்றவைகளை உருவாக்கி அரசியல் கட்சி, சாதி, மத, இன பாகுபாடின்றி உறுப்பினர்களைச் சேர்த்து சிறப்பாக செயல்பட்டால், கிராமச்சூழலின் நிலையான தொடர் வளர்ச்சியும், பொருளாதார தன்னிறைவும் நமது கிராமங்களில் கைகோர்த்து செல்லும் என்பதில் அய்யமில்லை.

பட்டுக்கோட்டைக்கு அருகிலுள்ள முத்துப்பேட்டை அலையாத்தி காடுகள் (Mangrove) இந்தியாவில் மிக சில பகுதிகளில் காணப்படுகின்றன. மேற்கு வங்காளம் சுந்தரவனம், ஒரிசா, பிதார்கனிகா, குஜராத் கச்பகுதி, தமிழ்நாடு பிச்சாவரம் ஆகியவற்றிலும் காணப்படும் இந்தக் காடுகளில் ரைசோபோரா தாவரங்கள் மருத்துவ பயனுடையது. புயலைத் தாக்கும் பகுதிகளில் இயற்கை அரணாக உள்ள இக்காடுகள் இறால், மீன், நண்டு உற்பத்தி களமாக விளங்குகிறது. இக்காடுகளை அழிக்காமல் பாதுகாக்க சூழல் மக்கள் பங்கேற்பு திட்டத்தை மறவக்காடு வீரனார் கோயில் கிராம

மக்களிடையே எம்.எஸ்.சுவாமிநாதன் ஆய்வு நிலையம் நடத்துகிறது. மரம் வெட்டும் மக்கள் சுயதொழில் செய்யவும், சுயஉதவிக்குழு அமைத்தும் உள்ளனர். எனவே கிராம மக்களும் பங்கேற்கும் சுற்றுச்சூழல் குழுக்கள், நுகர்வோர் குழுக்களால் அமைக்கப்பட்டு ஆசிரியர், மாணவர்கள், அலுவலர், மகளிர் ஆகியோர் உறுப்பினர்களாகி சூழல் விழிப்புணர்வு மற்றும் சூழல் சட்டக் கல்வியினைத் தர வேண்டும்.

சுற்றுச்சூழல் சட்டங்கள்

இந்திய அரசியலமைப்பு சட்டத்தின் சூழல்பிரிவு 48ஏ, 51ஏ 200 சூழல் சட்டங்கள் உள்ளது.

நீர்மாசு சட்டம் : 1853 முதல் துவங்கியது.

1974ஆம் ஆண்டில் பிரிவு - 24 தண்டனை 1 $^{1}/_{2}$ ஆண்டு - 6 ஆண்டு வரை சிறை தண்டனை

1974ஆம் ஆண்டில் பிரிவு - 47, 48 அரசு நிர்வாக அமைப்புக்கு கம்பெனி, நகராட்சிக்கு எதிராக

காற்று மாசு சட்டம் 1981, வனசட்டம் 1980ஆம் ஆண்டு

புதிய சூழல் பாதுகாப்பு சட்டம் 1986, வனவிலங்கு பாதுகாப்பு சட்டம் 1972

சூழல் நிர்வாகம் செய்யும் குழுவின் அலுவல்

1. பிரச்சினையை இனம் கண்டறிதல்
2. காரணம்
3. விழிப்புணர்வுக் கல்வி புகட்டுதல்
4. தீர்வு காணுதல் : அ) மக்களால்   ஆ) நிர்வாகத்துறை மூலம்

24. நாட்டு நலப்பணித்திட்டமும் கிராம சூழல் பராமரிப்பும்

சுற்றுச்சூழல் பராமரிப்பில் நாம் பல்வேறு பிரச்சினைகளை அன்றாடம் கிராமங்களிலும், நகரங்களிலும் சந்தித்து வருகிறோம். இந்தியநாட்டை பொறுத்தவரை நமது சூழல் பாதிப்பு பிரச்சினைகளுக்குள்ள ஒருசில முக்கிய காரணங்கள் பின்வருவன ஆகும். 1. விலங்கு, தாவர சிற்றினத்தின் அபரிமிதமான வளரும் அவற்றின் தொகை அதிகரிப்பும். 2. தொழிலக மாசுபாடு 3. சூழல் அறிவுகுறைபாடு. நமது நாடு புதிய பொருளாதாரக் கொள்கைகளின் அடிப்படையில் தொழில், மின்னணு சாதன உற்பத்தி வளர்ச்சிக்காக முன்னேறிக் கொண்டிருக்கின்ற நிலையில் நமது தேசத்தந்தை மகாத்மா காந்தியடிகள் கூறியபடி நாட்டின் முதுகெலும்பான கிராமங்களின் இயற்கை வளம் அழிந்தும், குறைந்தும் வருகின்ற நிலை தற்பொழுது ஏற்பட்டுள்ளது. இந்த வருத்தத்திற்குரிய உண்மை நிலையினை, நம் கிராம வளங்களான குளம், ஏரி ஆகியவை வறண்ட பாலைவனங்களாகும். தற்பொழுது இந்தியாவில் 0.20 ஹெக்டேர் அளவிற்கு குறைவாக வளமான நிலம் உள்ளது. நமது விளைநிலங்களில் 40% மேய்ச்சல் பகுதியாக உள்ளது. ஐம்பதாண்டுகளுக்கு முன்னதாக இருந்த கிராம வனப்பகுதி குறைந்து வந்துள்ளது. எனவே, நீர், நில வளம் குறைதல், தாவர வள மரபணுக்கள் அழியக்கூடிய நிலை போன்ற சூழல் பாதிப்பு பிரச்சினைகளுடன் வறுமைநிலை, மக்கள்தொகை போன்ற காரணிகளும் ஒருங்கிணைந்து சூழல் சீர்கேட்டின் பாதிப்பினை நேரடியாக மக்களிடம் பிரதிபலிக்கச் செய்கிறது. எனவே மக்கள்தொகை குறைப்பு நீர், நில வளம் நிலையாக பின்பற்றுதல் போன்ற வழிமுறைகளை பஞ்சாயத்து ராஜ் திட்டத்தின் மூலம் பின்பற்ற இயலும் என பிரபல விவசாய விஞ்ஞானி டாக்டர் எம்.எஸ். சுவாமிநாதன் தெரிவிக்கிறார்.

கிராமங்களிலும் சூழல் அறிவுக் குறைபாட்டினை குறைக்க பல முயற்சிகளை பஞ்சாயத்து நிர்வாகம் மூலம் செயல்படுத்த இயலும். தற்பொழுது நமது நாட்டில் கிராம சபா கூட்டத்தினை சிறப்பாக நமது மாவட்ட ஆட்சியர்களும் செயல்படுத்தி வருகின்றனர். ஒவ்வொரு கிராம சபா கூட்டத்திற்கு முன்னர் கிராம இயற்கை சுகாதார கல்விக் குழு அமைத்தல் வேண்டும். இக்குழு ஒவ்வொரு வருவாய் கிராமம் மற்றும் குக்கிராமங்களிலும் உருவாக்கப்படுதல் அவசியமாகிறது. இக்குழுவில்

பஞ்சாய*த்து உறுப்பினர், கிராம பள்ளியின் ஆசிரியர் மற்றும் கிராமத்தின் அருகிலுள்ள மேல்நிலைப்பள்ளி, கல்லூரி நாட்டுநலப் பணித்திட்ட அலுவலர் உறுப்பினர், ஒரு தொண்டு நிறுவன உறுப்பினர், கிராம நிர்வாக அலுவலர் ஆகியோர் முக்கிய உறுப்பினர்களாக இருக்க வேண்டும். கிராம சபாவின் ஒப்புதலோடு உறுப்பினர்களை இக்குழுவில் நியமிக்கலாம். உறுப்பினர்களின் பதவிக்காலம் ஓராண்டாக இருக்க வேண்டும். உறுப்பினர்கள் கிராமத்தின் நிரந்தர குடிமக்களாக இருக்க வேண்டியது முக்கியம்.

கிராம இயற்கை சுகாதார கல்விக் குழுவின் அதிகாரம் மற்றும் செயல்பாடுகள் ஜனநாயக முறைப்படியும், மையப்படுத்தியும் இருக்க வேண்டும். இச்செயல்பாடுகள் வாழ்வில் நலிந்தவர்களுக்கும், ஏழைகளுக்கும் முன்னுரிமை தரப்பட வேண்டும். பொதுமக்களுக்கு இக்குழுவின் முக்கியத்துவத்தினை வலியுறுத்த விழிப்புணர்வு ஏற்படுத்தி, செயல்பாடுகளின் தெளிவினை அறியச் செய்தலும் அவசியமாகும். நாட்டுநலப்பணித்திட்ட அலுவலர் தம் பள்ளி அல்லது கல்லூரி நாட்டு நலப்பணித்திட்ட மாணவர்களுக்கு விழிப்புணர்வுத் திட்டங்களை, நிகழ்ச்சிகளை உருவாக்கி செயல்படுத்த வேண்டும்.

கிராம இயற்கை சுகாதாரக் குழுவின் வரைமுறைகள்

கிராம இயற்கை வளப்பகுதிகளான வனங்கள், மேய்ச்சல் நிலங்கள், குளம், ஏரி போன்றவற்றின் பொதுப் பகுதிகளைப் பற்றிய தகவல் விபரம் மற்றும் அவற்றின் மீது மக்களுக்குள்ள உரிமைகள், பயன்பாடுகள் வரையறுக்கப்பட வேண்டிய கட்டாயம் இக்குழுவிற்கு உண்டு. குறிப்பாக அந்தந்த குறிப்பிட்ட கிராமத்தின் பாரம்பரிய முறைகள், விதிகளுக்கு உட்பட்டு ஓரளவிற்கு சமூகத்தின் அனைத்து பிரிவினரும், பகிர்ந்து பயனடையும்படி இக்குழு செயல்பட வேண்டும். இயற்கைவள ஆதாரங்களைப் பற்றிய புள்ளிவிபரங்கள் கொண்ட நிரந்தர பதிவேடு ஒன்றினை இக்குழு உருவாக்கி, பராமரித்தல் குழுவின் முக்கிய பணியாக விளங்க வேண்டும். இப்பதிவேட்டில், கிராமத்திலுள்ள உயிரினங்கள், தாவரங்கள், நீர் ஆதாரங்கள், அவற்றின் தோராய எண்ணிக்கை அல்லது அளவு, வாழிடம் போன்றவையும் அக்கிராம மக்கள் அவற்றை முறையாகப் பயன்படுத்துவதற்கான வழிகாட்டு முறைகளும் குறிப்பிடப்பட்டிருப்பது அவசியமாகும். இதன் மூலம் குறிப்பிட்ட கிராம மக்களின் சூழல் அறிவுநிலை அறிய வாய்ப்புள்ளது. சரி!

இயற்கைவள ஆதாரங்களை கணக்கிடுவது யார்?

நாட்டு நலப்பணித்திட்ட மாணவர்கள் இயற்கைவள ஆதாரங்களை அவ்வூர் மக்கள் உதவி கொண்டு, அறிவியல் பூர்வமாக தயாரித்து திட்ட

அலுவலர் வழிகாட்டுதலின் அடிப்படையில் உருவாக்க வேண்டும். கிராம இயற்கை சுகாதாரக் குழு சுற்றுச்சூழல் பராமரிப்பின் செயல் திட்டத்திற்காக சுருக்கமான மேலாண்மை திட்டத்தை வகுக்கலாம். கிராம சபா பணியாளர் ஒருவரை தன்னார்வத்தின் அடிப்படையில் கிராம கல்வி பணியாளர், சுகாதாரப் பணியாளர் அலுவலர் பொறுப்பினை மேற்கொள்ள குழு ஏற்பாடு செய்யலாம். அவர்களுக்கு முறையான பயிற்சி தரப்பட வேண்டும். மேலாண்மை திட்டத்தில் இயற்கைவள ஆதாரங்கள், சுகாதாரநிலை, சுற்றுச்சூழல் கல்வி ஆகியவற்றை முன்னேற்ற வழிமுறைகள் வரையறுக்கப்பட வேண்டும். மண், நீர் பாதுகாப்பு, கடற்கரை, கோயில்காடுகள், அலையாத்திக் காடுகள் பாதுகாப்பு, உயிரின வேற்றுமை பாதுகாப்புப் பற்றிய வரைபடங்கள் உருவாக்கி பாதுகாப்பு விழிப்புணர்வு திட்டங்கள் உருவாக்க வேண்டும். இயற்கைவள ஆதாரங்களில் களப் பணிகள் மேற்கொள்ள வேண்டிய நிலை வந்தால் அவற்றை முறைப்படுத்தி ஒப்பந்த பணிகளாக ஆக்கலாம். அதனை கிராம சபா அல்லது கிராம இயற்கை சுகாதார கல்விக் குழு கண்காணிக்கலாம்.

கிராம சுகாதாரப் பணியாளர் என்பவர் குழுவின் மூலமாக நோய் தீர்த்தல் பணியினைத் தவிர மூலிகைப் பாதுகாப்பு, சூழல் சுகாதார பராமரிப்பு, மக்கள்தொகைப் பெருக்கம், மகப்பேறு கவனிப்பு, குடும்ப கட்டுப்பாடு பற்றிய கல்வி புகட்ட வேண்டும். கிராம கல்வி பணியாளர் கிராம சபா கூட்டம் பற்றியும், பயிற்சி நிர்வாகம் செயல்பாடு, மேலாண்மைத் திட்டம் பற்றி மக்களுக்கு அறிவுறுத்தலாம். அரசின் திட்டங்களுக்கு முறையான ஒத்துழைப்பு தர கிராம மக்களை ஒருங்கிணைப்பதில் இவரின் பங்கு முக்கியமாக இருக்க வேண்டும். நாட்டு நலப்பணித்திட்ட அலுவலரும், மாணவர்களும் மேற்கண்ட செயல்பாடுகளில் கிராம மக்களிடம் ஒருங்கிணைப்பு ஏற்படுத்த வேண்டும்.

கிராம இயற்கை வள ஆதாரத்தில் ஏற்படும் பாதிப்புகள் தொடர்புகளுக்கான குற்றங்களும் உரிய தண்டனைகள் பற்றிய விழிப்புணர்வினை நாட்டு நலப்பணித்திட்ட மாணவர்கள் கிராம மக்களுக்கு ஏற்படுத்த வேண்டும். உண்மையில் நம் நாட்டின் இயற்கை வளம் பராமரிக்கப்பட்ட அரசுத்துறையின் பங்கேற்புடன் கூடிய கிராம மக்கள், மகளிர், மலைச் சாதியினர் ஒன்றிணைந்த தேசிய வனக்கொள்கை 1988ஆம் ஆண்டே உருவாக்கப்பட்டது. எனினும் ஒவ்வொரு கிராம பஞ்சாயத்து நிர்வாகமும் கிராம இயற்கை சுகாதாரக் கல்விக்குழு அமைப்பினை முறையாகப் பின்பற்றினால் இயற்கைவள சுற்றுச்சூழல் பராமரிப்பு சிறப்பான நிலையினை அடைய வாய்ப்புள்ளது.

மேற்குறிப்பிட்ட குழுக்களை பள்ளி, கல்லூரிகளின் நாட்டு நலப்பணித்திட்ட அமைவு குழுக்கள் மூலமாக உருவாக்கினால் நிலையான தொடர் வளர்ச்சி முறை நம் நாட்டில் பின்பற்றலாம். உணவு அறிவியல் தொழிற்புரட்சி முன்னேற்றம் ஒருபுறமிருந்தாலும், மாசுபாடு, எரிபொருள் ஆதாரக் குறைவு உணவு உற்பத்தி, வறுமை, உயிரினச் சூழல் பாதிப்பு போன்றவற்றை குறைத்து அனைத்து மக்களின் சுகாதார வாழ்க்கைக்கும், சுற்றுச்சூழல் நட்புடைய வாழ்க்கைக்கும் உத்திரவாதம் அளிக்கப்பட்ட பஞ்சாயத்து நிர்வாகம் சார்பற்றதாக, நடுநிலையாக செயல்படுவது மிகவும் அவசியமாகும். பள்ளி, கல்லூரி நாட்டு நலப்பணித்திட்ட மாணவர்கள் கிராமங்களில் இத்தகைய பணிகளில் ஈடுபடுகையில் எதிர்கால சந்ததியினரும் கிராம வளர்ச்சியில் அக்கறை காட்ட நல்ல வாய்ப்புகளை ஏற்படுத்தும் நிலை உண்டாகும் என்பதில் ஐயமில்லை.

25. தடையில்லா வழித்தடமே வனவிலங்கு வாழுமிடம்!

மனிதர்கள் தம் நடமாட்டத்திற்கு உரிய வழி ஆக்கிரமிப்பு செய்யப்பட்டால், எத்தனை போராட்டம், பிரச்சினைகளை அரசு சந்திக்கிறது! ஆனால் வனவழித்தடங்களை மனிதன் தடுத்தால் விலங்குகள் அழியும் நிலை ஏற்படுகின்றது. குறிப்பாக நம் பாரம்பரிய விலங்கான அரிய நாட்டு யானைகளின் வாழ்க்கை அருகிப் போய்விடுகின்ற நிலை, தற்பொழுது ஆசியாவிலும், ஆப்பிரிக்காவிலும் நிலவுகின்றது.

வாழ்விட இழப்பு, வாழ்விட துண்டிப்பு, வாழ்விட அழிப்பு, தந்தத்திற்காக கொல்லுதல், மனித - யானை முரண் ஆகிய காரணங்களினால் 50% ஆசிய யானைகள் இனத்தொகை அழியும் நிலையில் உள்ளன என்றால் மிகையில்லை. பல்லாண்டுகளாக யானைகள் கூட்டம் தனித்து பிரிந்து, இனத்தொகை குறையும் பாதிப்பு! பாதுகாக்கப்பட்ட வனப்பகுதிகளில் நடைபெறுகின்றன. சிறு சிறு குழுக்களாக, குறைவான ஆண்யானைகளுடன் இருப்பதாலும், தந்தம் உள்ள ஆண் யானைகள், கொல்லப்படுகின்ற காரணத்தாலும் இவ்வுயிரினம் மறைய வாய்ப்புகள் ஏற்பட்டுவிட்டன. சமீபத்திய தவல்களின் அடிப்படையில் மேற்குறிப்பிட்ட காரணத்திற்காக மட்டுமே நூற்றுக்கு மேற்பட்ட ஆண் யானைகள் அழிக்கப்பட்ட அவலம் மிகவும் வருத்தத்திற்குரிய செய்தி ஆகும்.

மேற்குத் தொடர்ச்சி மலையின் தென்முனைப் பகுதியில் 150லிருந்து 200 எண்ணிக்கை கொண்ட தனிப்பட்ட யானை குழு ஒன்று அகத்திய மலைப் பரப்பில் வசிக்கின்றன. இப்பகுதியில் பெரியார் மற்றும் அகத்திய மலைகளுக்கிடையில் ஆரியங்காவு என்ற காட்டுவழிப்பாதை உள்ளது. இவ்வழித் தடத்தினை நெடுங்காலமாக வனவிலங்குகள் யானைகள் ஆகியன பெரியார் சரணாலயத்திற்கும் அகத்திய மலைக்குமிடையில் நடமாட்டத்திற்குப் பயன்படுத்தி வருகின்றன. இந்நிலையில் தேசிய நெடுஞ்சாலை (208) மற்றும் இருப்புப் பாதையும் தற்பொழுது மதுரை மற்றும் கொல்லம் ஆகிய ஊர்களுக்கிடையில் உருவாக்கப்பட்டதால் இங்குள்ள வனங்கள் அழிக்கப்படுகின்றன.

மேலும் ரப்பர், டீ, தேக்கு பயிரிடவும் காடுகள் அழிக்கப்படுகிறது. அதிகமான வாகன நடமாட்டம், மனித குடியிருப்புகள் யானை, புலி, காட்டெருமை சிங்கவால் குரங்கு போன்ற வன விலங்குகளின் இயல்பு வாழ்க்கை யானையைப் பாதித்து வருகின்றன. செந்தூரனி, பெப்பாரா,

நெய்யார், கலிக்காடு - முன்டந்துறை காட்டுப் பகுதிகளில் மட்டுமே அகத்திய மலை யானையின் கூட்டம் தம் நடமாட்டத்தினை குறுக்கிக் கொண்டு வசிக்கின்றன. காட்டெருமைகளின் எண்ணிக்கையும் குறைந்துவிட்டன. கோட்டவாசல் தடம் என்ற பகுதியில் கிழக்கு முனையிலும், மேற்குப் பகுதியிலும் (கேரள மாநிலத்தை ஒட்டியுள்ள பகுதி) பாதுகாக்கப்பட வேண்டிய வனங்களாகும். பெரியார் மற்றும் அகத்திய மலை பிரிவுப்பகுதி கடல் மட்டத்தை விட 200 மீ உயரமுடையது. எனவே கீழ்ப்பாதை ஒன்றை ஏற்படுத்தி யானை நடமாட்டத்தைத்" தடைசெய்யாமல் இருக்க வாய்ப்புள்ளது. ஆக்கிரமிப்புகளை நீக்கி கோட்டைவாசல் பகுதி வழித்தடத்தில், சாம்பார் மான், காட்டெருமை, யானை நடமாட்டத்தை ஏற்படுத்தலாம்.

இத்தகைய வன வழித்தடத்தை மீள் உருவாக்கம் செய்தால் மட்டுமே நாம் இப்பகுதி யானைகளை பாதுகாக்க இயலும். யானை அழிவிலிருந்து காப்பாற்றி, வடக்குப் பகுதி தடத்திலுள்ள ஆயிரம் எண்ணிக்கை தொகைகொண்ட கூட்டத்துடன் இணைக்க முடியும். எதிர்காலத்தில் 5000 ச.கி.மீ பரப்பளவு கொண்ட அகத்தியமலை பெரியார் சரணாலயப் பகுதிகளில் வனவிலங்குகள் இயற்கையாக வாழமுடியும். யானைகள் எண்ணிக்கை பெருகவும் வாய்ப்பு உண்டு. ஆனால் கொள்கை முடிவு எடுக்கும் அரசும், நிர்வாகத் துறையினரும் இத்தகைய பாதுகாப்பு முறைகளை நேர்மறையாக எண்ணி திட்டமிடுவார்களா என்பதுதான் தற்பொழுது ஐயமாக உள்ளது. இந்தியாவில் வனங்களுக்கிடையிலுள்ள வனவிலங்கு வழித்தடங்களை ஆய்வு செய்து உரிய பாதுகாப்பினை வனவிலங்குகளுக்கு அளிக்க வனத்துறை முன்னுரிமை தருவது நன்று. இத்தகைய ஆய்வுகளை தற்பொழுது பன்னாட்டு வனவிலங்குநிதியத்தின் - இந்திய கிளை கார்பெட் நிறுவனம் மற்றும் இயற்கை பாதுகாப்பு நிறுவனம் ஆகியவற்றைச் சேர்ந்த திரு. சீனிவாஸ் வைத்தியநாதன் மற்றும் ஏ.ஜே.டி. ஜான்சிங் ஆகியோர் பெரியார், அகத்தியமலைப் பகுதிகளில் மேற்கொண்டு வருகின்றனர். வனங்கள், வனவிலங்குகள் பற்றிய ஆய்வுகள் இந்தியாவில் கடந்த நாற்பதாண்டுகளாக பல்வேறு அறிஞர்கள், ஆய்வாளர்களால் தொடர்ந்து மேற்கொள்ளப்பட்டு வருகின்றன. எனினும் அவ்வாய்வின் முடிவுகளின் அடிப்படையில், நம் இயற்கை வளத்தினை பாதுகாக்கவும், வனவிலங்குகளைப் பாதுகாக்கவும் திட்டங்கள் உருவாக்கப்படுகின்றனவா? அவை செயல்படுத்தப்படு கின்றனவா? என்பது பொதுமக்கள், சுற்றுச்சூழல் ஆர்வலர்கள் மனதில் வினாக்களாகவே நிற்கின்றன. உரிய பதிலைத் தேடிப் பெறவும், இந்திய வனவளம், இயற்கை, வனவிலங்குகள் பற்றி மேலும் அறிந்து விழிப்புணர்வு பெறவும் நம் பள்ளி, கல்லூரி தேசிய பசுமைப் படை / சுற்றுச்சூழல் மன்ற மாணவர்கள் இளைஞர்கள் முயல வேண்டும்! நம்பிக்கையுடன் காத்திருப்போம்.

26. அருணாசலப் பிரதேச பழங்குடியினரின் அயராத வனப் பாதுகாப்புணர்வு!

இயற்கையை வழிபட்டு, ஐம்பெரும் பூதங்களின் ஆற்றலை அறிந்த மனிதகுலம், செயற்கை மோகத்தாலும், அறிவியல் தொழில்நுட்ப வசதிகளாலும், காடுகளை அழித்தும், ஏரி, குளங்களை தூர்த்தும் கான்கிரீட் காடுகளாய் மாற்றியிருக்கிறது.

திட்டமிடாத நகரமயமாக்கம், சுற்றுச்சூழலை புரிந்தும் புரியாதது போல் எல்லாவற்றையும் தொழில்நுட்ப அறிவியலே சரி செய்துவிடும், என்ற தவறான எண்ணப் போக்கில், வரைமுறையின்றி வனங்களை சூறையாடும், ஆற்றுமணலை அறுத்து எடுத்துச் செல்லும் நம் மக்கள் அவ்வப்போது இயற்கை பேரிடர்களால் பாதிக்கப்படும் பொழுது மட்டும், இப்பிரச்சினைகளை உணர்ந்து புலம்புதல் நியாயம்தானா?

அறிவியலை அறிந்து கற்ற விஞ்ஞானிகள், பொறியாளர்கள், மற்றும் அரசுப் பணியாளர்கள், உயர் அலுவலர்கள், அரசியல்வாதிகள், வனங்கள் பாதுகாப்பு, நீர் மேலாண்மை மாற்று ஆற்றல் மூலங்கள் பற்றி சிந்தித்து திட்டமிடுதல் நன்று. ஆனால் நம் நாட்டில் சில பகுதிகளில் வாழ்ந்து வரும், வனப் பழங்குடியினர் தங்களுடைய வாழ்வாதாரத் திற்காக மட்டுமல்லாமல், ஆன்மீக, தெய்வீக வழிபாட்டுத் தலங்களாக காடுகளை காத்து வருகின்றனர் என்பது குறிப்பிடத்தக்கது.

அரசு பங்களிக்காத நிலையில், இயற்கையினை பாதுகாக்க திட்டமிடும் மக்கள் சில பகுதிகளில் உள்ளனர் என்பது மகிழ்ச்சிக்குரியது நமது நாட்டின் இயற்கை வளங்கள் சிறப்பாக அமைந்துள்ள பகுதிகளில் ஒன்று, வடகிழக்குப் பிராந்தியம் ஆகும். அதில், அருணாசலப் பிரதேசம், வடகிழக்கு இந்தியாவின் மிகப்பெரிய மாநிலம் ஆகும். 83,743 ச.கி.மீ. பரப்பளவு கொண்ட இம்மாநிலம் யூனியன் எல்லைப் பகுதியாக இருந்து 1987 ஆம் ஆண்டில் மாநில அந்தஸ்து பெற்றது. பூடான், மியன்மார், திபெத் போன்ற நாடுகளை முறையே தம் மேற்கு, கிழக்கு, வடக்கு எல்லைகளாகக் கொண்டுள்ள அருணாசலப் பிரதேசம் 51540 ச.கி.மீ. வனப்பகுதி கொண்டுள்ளது. இதில் 36210 ச.கி.மீ. வகைப்படுத்தப்படாத காடுகளாக, உள்ளூர் மக்களால் நிர்வகிக்கப்படுகிறது. 19 சதவீத வனங்கள் மட்டுமே வரையறுக்கப்பட்ட வனங்களாக (Reserved Forests) அரசின் கட்டுப்பாட்டில் உள்ளது. இத்தகைய காடுகளின் உயிரின வேற்றுமை

(Bio - diversity) மிகச் சிறப்புப் பெற்றதாகும். 5000க்கும் மேற்பட்ட பூக்கும் தாவரங்கள், 85 வகை பாலூட்டிகள், 500 சிற்றின பறவைகளை கொண்டது மட்டுமல்லாமல், ஊர்வன, பூச்சிகள் என பல உயிரினங்கள் காணப்படுகின்றன.

இம்மாநிலத்தின் மத்தியப் பகுதியில் அபதானி என்ற பழங்குடியினர், அபதானி பள்ளத்தாக்கு பகுதியில் நீராதாரத்திற்காகவே அக்காடுகளை பாதுகாக்கின்றனர். அக்காடுகள் மிகப்பழமையான ஊசியிலைக் காடுகளாகும். மேற்குப் பகுதியில் கோம்பாகாடுகள் அமைந்துள்ளன. வகைப்படுத்தப்படாத காடுகள் பழங்குடியினரால் எரிபொருள் மருத்துவத்தாவரங்கள், மற்றும் மீன் பிடித்தலுக்காக பாரம்பரிய உரிமைகள் அடிப்படையில் சமுதாயக்காடுகளாக அம்மக்கள் பராமரிக்கின்றனர்.

எனவே இக்காடுகளை "பாதுகாப்பான வனங்கள்" எனக் கருத வாய்ப்புள்ளது. ஆதி, நிஷி, அபதானி, மோன்பா போன்ற பழங்குடியினர் சிறு, சிறு காட்டுப் பகுதிகளை மிகுந்த கவனத்துடன் புனிதமாக நிர்வகித்து வந்தனர். ஆன்மிக நிலப்பகுதிகளான இக்காடுகளில், தெய்வ வழிபாட்டுக்குரிய இடம் உள்ளதாக அவர்கள் எண்ணுகின்றனர். தவாங் மாவட்டத்தில், மோன்பா பழங்குடியினர் வன தேவதையான சிங்யேலாமா வசிப்பதாக நம்புகின்றனர். கோம்பா காடுகளை, லாமா மற்றும் மோன்பா பழங்குடியினர் கோயில் காடுகளாக வரையறுத்து பாதுகாக்கின்றனர். மேற்கு கமாங் மற்றும் தவாங் மாவட்டங்களில் "கோம்பா (58) வனப்பகுதிகள்" இனம் கண்டறியப்பட்டது. மொத்தத்தில் 101 கோயில் காடுகள் இம்மாநிலத்தில் உள்ளன. அவற்றில் தவாங் மாவட்டத்தில் 39, காமியங் மாவட்டத்தில் 24, லோகிட் மாவட்டத்தில் 15 காணப்படுகின்றன. ராந்தி என்ற சிறு புனிதக்காடு ஒவ்வொரு கிராமத்திலும் பைன் மரக்கன்று, பைடாமரக்கன்றுகளினால் உருவாகியுள்ளது. இதில் டஜாங்ராந்தி, ஹரி ராந்தி, ஹாங்ராந்தி, பாமின்ராந்தி என்ற கடவுளர்களுக்கு அன்றாடம் பூஜைகள் நிகழ்த்தப்படுகிறது. எனினும் தற்காலத்தில், அத்தகைய காடுகளில் மரங்கள் வெட்டப்படும் செயல் துவங்கியுள்ளது என்பது வருத்தத்திற்குரிய செய்தியாகும். "அகா" பழங்குடியினர் உயர்ந்த மலைப் பகுதியிலுள்ள அடர்ந்த காடுகளில் வசிக்கின்றனர். அவர்கள் ஆறு, மலைகள், காடுகளை உருவாக்கிய அதிக ஆற்றல் கொண்ட கடவுள்கள் அங்குள்ளதாக உணர்கின்றனர். அவற்றை எவ்வித பாதிப்புகள் ஏற்படுத்தாமல் வழிபடுகின்றனர். பெரும்பாலான காடுகளில் மரம் வெட்டப்படுவதில்லை. இயற்கையை உணர்ந்து வழிபடக்கூடிய பழங்குடியினர், பணிகளானது சிறப்புடையது. அறிவியல் தொழில்

நுட்பமறிந்த கல்வியாளர்களுடன், அரசு அலுவலர்கள் நிர்வாகிகளுடன் ஒப்பிடுகையில், அருணாசலப் பிரதேச பழங்குடியினரின் உயர்வான இயற்கை பாதுகாப்பு எண்ணங்களை பாராட்டுவதில் தவறில்லை.

இயற்கை, வனங்கள், ஏரி, குளங்கள், ஆறுகள், கோயில்காடுகள் போன்ற பாரம்பரிய உடைமைகளைப் பாதுகாக்க விழிப்புணர்வு செயல்பாடுகள் ஒரு பக்கம் செவ்வனே நடைபெறினும், மக்கள் தொகை பெருக்கம், வறுமை, போதிய இயற்கை சுற்றுச்சூழல் அறிவில்லாத மேல்தட்டு வர்க்கத்தினரின் நாகரிகப் போக்கு போன்ற காரணிகள் நமது சூழலை மேம்படுத்தாவிடினும், அழிப்பதில் முக்கியப் பங்கு வகிக்கின்றன. இயற்கைச் சூழல் பாதிக்கப்படும் நிலையில், புயல் காற்று, மழைவெள்ளம், புவி அதிர்வு போன்றவை ஏழை, பணக்காரர், சாதி, மதம், கல்வியறிவாளர், அரசு அதிகாரி, அரசியல்வாதி என பாகுபாடில்லாமல் பெரும்பாதிப்புக்களை ஏற்படுத்துகிறது. இத்தகைய சூழலில் அருணாசலப்பிரதேச பழங்குடியினர் போன்றவர்களிடமிருந்து இயற்கை பாதுகாக்கும் உணர்வினை நாம் அனைவரும் பெறுவோமா?

27. வரைமுறையற்ற வனஉயிரி வர்த்தகம்! வனசூழலுக்கு குந்தகம்!

வனவிலங்குகளைக் காண்பதில், ரசிப்பதில் அனைவருக்கும் மகிழ்ச்சிதான் எனினும், நம்மில் பலருக்கு “வரைமுறையற்ற வன உயிரிகள், பறவைகள் வர்த்தகம்” உலகெங்கும் அச்சுறுத்திக் கொண்டிருக்கும் மோசமான பிரச்சினை என்பது தெரியாது! ஆம், வனவிலங்குகளின் உறுப்புகளையும், உயிருள்ள விலங்குகளை விற்பதும், வாங்குவதும் தொடர்ந்து, பன்னாட்டு எல்லைகளின் மூலமாக சமூக விரோதிகளால் வர்த்தகமாக நடைபெற்று வருகிறது. சூட்கேஸ்பெட்டிகள், துணிகள், கடத்தல்காரர்கள் உடலுறுப்புகள் மூலமாக, இத்தகைய அரிய வனப்பொருட்கள் சட்டத்திற்கு புறம்பாக வணிகரீதியாகக் கடத்தப்படுகிறது என்ற உண்மை பெரும் அதிர்ச்சிக்குரிய தகவல் ஆகும்.

அரிய அழகிய வரிகள் கொண்ட வரிக்குதிரை (Zebra) மாமிசத்திற்காக அழிக்கப்படுகிறது. சுறாமீன்கள் துணித் தொழிலில் பயன்படும் அதன் துடுப்புகள், புலிகளின் எலும்பு, காண்டாமிருகக் கொம்பு போன்றவை பாரம்பரிய மருந்துகளுக்காகப் பயன்படுகிறது. கரடிகளின் பித்தப்பையும் அரிய மருந்து தயாரிக்க உதவுகிறது. உயிர் விலங்குகளாக டால்பின், யானைகள், சிறுகுரங்குகள், கிளிகள் போன்றவை செல்லப்பிராணி களுக்கான நிலையில் விற்கப்படுகிறது. டால்பின் யானைகள், சிறுகுரங்குகள், பூனைகள் போன்றவை சுற்றுலா பயணிகளை கவரும் அம்சமாக வர்த்தக ரீதியான மதிப்புடையன ஆகும்.

இத்தகைய வர்த்தகம் தடைகளை மீறி தொடர்ந்து நிகழ்ந்து கொண்டிருப்பதற்கான காரணங்கள் யாவை? அவை (1) ஏழ்மை நிலையிலுள்ள மக்களுக்கு கடத்தல்காரர்களின் தவறான வழிகாட்டுதல். (2) உடனடி தேவைகள் அதிக பணத்திற்கான பேராசை கொண்ட வணிகர்கள் (3) பல்வேறு பணக்கார மக்களிடையே நிலவும் தவறான பெருமை மற்றும் கௌரவ நிலை என்ற எண்ணம், வனவிலங்கு பொருட்களான தந்தம், புலிநகம், தோல் போன்றவற்றை அணிகலன்களாக வைத்திருத்தல் அணிதல் ஆகியன. இவ்வகை மக்களுக்கு சட்ட விரோதமாக யானையினைக் கொன்று தந்தம், புலிகளை வேட்டையாடி, தோல் கொணர்தல் போன்ற பிரச்சினை பற்றிக் கவலையில்லை.

வர்த்தக ரீதியான வன விலங்கு கடத்தல், குறிப்பிட்ட வனவிலங்கு சந்ததியினை அழிக்கிறது. உயிருள்ளவைகளை பிடித்து, அடைத்து விற்கச் செல்லுகையில், உணவு, நீர் போன்றவை தரப்படாமல் அவை இறக்கின்றன. குறிப்பாக, ஆப்ரிக்க யானை, மலை கொரில்லா போன்ற அரிய விலங்குகள் அழிகின்ற நிலையில் எண்ணிக்கை மிகக் குறைந்து காணப்படுவது மட்டுமின்றி அவற்றின் இனப்பெருக்கத் திறனும் குறைந்துள்ளதாக தகவல்கள் தெரிவிக்கின்றன. சில குறிப்பிட்ட விலங்குகளை பிடிக்க வைக்கும் பொறிகளில் எதிர்பாராத விதமாக, வேறு அரிய விலங்குகள் மாட்டிக்கொண்டு அழிகின்றன. சிறு ஆண்டிலோப் மான்களை பிடிக்கையில், ஆப்ரிக்க காட்டு நாய்கள், சிங்கம், யானைகள், காண்டாமிருகம் போன்றவை பொறிகளில் காயம்பட்டு பாதிப்படைகின்றன.

அரிய வனவிலங்குகள் கடத்தல் செய்யப்படுகையில் அவற்றின் குறிப்பிட்டவாழிடம், விரும்பத்தகாத போக்குவரத்து சாதனங்களால், முறைகளால் பாதிக்கப்படுகிறது. மேலும் புதிய அன்னிய விலங்குகள் மாற்றுச்சூழலில் வசிக்கும் கட்டாயத்தினால் வாழிடத்திற்கே உரிய விலங்குகள், பறவைகள் மற்றும் அச்சூழலும் விபரீத மாற்றங்களை அடைய வாய்ப்புள்ளது. வனவிலங்கு வர்த்தகம் கடத்தல் மூலமாக, வாழிடம் பாதிப்பது மட்டுமில்லாமல், அதனை நம்பியுள்ள மக்களின் வாழ்வாதாரம் பாதிப்படைகிறது. குறிப்பாக உணவு, நீர், காற்று போன்றவை மாசடைகிறது. சுற்றுலா பயணிகளின், வனவிலங்கு மகிழ் அனுபவங்கள் கிடைக்க இயலாததை மட்டுமல்லாமல் தேசிய, பன்னாட்டு பாதுகாப்பு பிரச்சினைகள் எழுவதற்கான வாய்ப்புகள் உடன் ஏற்படுகின்றன.

நம் இந்திய நாட்டில் சட்டங்கள், நிபந்தனைகள், விதிகள் போன்றவை வனவிலங்கு வர்த்தகம் தொடர்பாக, சிறப்பாகவே அரசினால் ஏற்படுத்தப்பட்டுள்ளன. குறிப்பிட்ட அரிய விலங்குகளை வர்த்தக ரீதியாக பயன்படுத்த பிடிக்க, வேட்டையாட தடைகள் உள்ளன. எடுத்துக்காட்டாக, பன்னாட்டு முறை வனப்பொருள் வணிகத்திற்கான சட்டம், அரிய தாவர, வனவிலங்குகளை அழியாமல் தடுக்க, பாதுகாக்க, "அழிநிலை வனத்தாவர, வன விலங்குகள் பன்னாட்டு ஒப்பந்த வரைவு" உள்ளது. இச்சட்டம் (CITES) மூலமாக, 5600 விலங்கு சிற்றினங்கள் அதன் வர்த்தகம் பற்றி 3 பிரிவுகளில் அவற்றின் இனத்தொகை, எண்ணிக்கை தன்மைக்கேற்றவாறு பாதுகாப்பு அம்சம் வரையறுக்கப்பட்டுள்ளது.

எனினும் துரதிருஷ்டவசமாக, சட்டங்களை மீறி வனவிலங்கு வேட்டை, வர்த்தகக் குற்றங்களை, இதுநாள் வரை கட்டுப்படுத்த இயலவில்லை. சமீபத்திய ஐக்கிய நாடுகள் சபை அறிக்கையின்படி,

உலகின் பல பகுதிகளிலுள்ள காடுகளில், மிகத் தொலைவில், மனித நடமாட்டம் அற்ற பகுதியில் நடைபெறும் இத்தகைய குற்றங்களை தடுக்க உரிய செயல்கள் நடவடிக்கை எந்த ஒரு நாட்டிலும் எடுக்கப்படவில்லை. தீவிர கண்காணிப்பு அற்ற நிலை உரிய தொழில்நுட்ப வசதியற்ற நிலை ஆகியவையும் இதற்கான காரணிகள் ஆகும். எனினும் பல்வேறு தன்னார்வ நிறுவனங்களும், அரசுத் துறைகளும் தொடர்ந்து அத்துமீறிய வனவிலங்கு வர்த்தகம் நிறுத்தவும், வனவிலங்கு பாதுகாப்பிற்காகவும், பல்வேறு முயற்சிகள் எடுத்து வருகின்றனர். ஆனால், சட்டபூர்வ நடவடிக்கை மற்றும் வலுவான சட்டங்கள் மட்டுமே அத்துமீறிய வனவிலங்கு வர்த்தக சங்கிலி இணைப்பினை துண்டிக்க முடியும்.

சட்ட விரோதமான வனவிலங்கு கடத்தல், வர்த்தகம் மூன்று கூறுகளைக் கொண்ட இணைப்பானாலானது.

1. வனவிலங்கு வேட்டை, கொள்ளைப் பகுதி
2. உயிருள்ள (அ) இறந்த வனவிலங்கு பறவைகள் அல்லது உறுப்புகளின் போக்குவரத்து
3. வனவிலங்கு பறவை உறுப்புகளை விற்கும், வாங்கும் நுகர்வோர், வணிக மையங்கள்.

மேற்குறிப்பிட்ட சங்கிலி இணைப்பினைத் துண்டிக்க பள்ளி கல்லூரிகளில் வனவிலங்கு வர்த்தகம் பற்றிய விழிப்புணர்வு நிகழ்ச்சிகள் நடத்தப்பட வேண்டும். அத்தகைய நுகர்வோரைக் கண்டு, அவர்கள் நடத்தையினை மாற்ற அரசுத் துறைகள், தன்னார்வ நிறுவனங்கள் தகுந்த நடவடிக்கைகள் எடுப்பது மிகவும் அவசியமாகும்.

28. வனங்களைக் காணும் நீவிர் வரம்பு வரைமுறை மீறாதீர்!

சுற்றுச் சூழலில் மிக முக்கியமான அம்சம், உயிரின பல்வகைமை அல்லது உயிரின வேற்றுமை ஆகும். தாவரம், விலங்குகள், நுண்ணுயிர்கள், பில்லியன் ஆண்டுகளுக்கு முன்பு உருவான இத்தகைய வளம் பற்றி எட்வர்ட் ஓ.வில்சன் என்ற இயற்கை அறிஞர் "நமது மதிப்புமிக்க ஆனால் மனிதனால் சிறிதும் உணர்ந்து பெருமைப்படுத்தப்படாத வளம்" என வருந்துகிறார். காரணம், ஒவ்வொரு ஆண்டும் தற்பொழுது ஓராயிரம் சிற்றினங்கள் அழிகின்றன என இயற்கை பாதுகாப்பு அறிக்கை தெரிவிக்கிறது. எதிர்வரும் முப்பது ஆண்டுகளில் ஒரு மில்லியன் சிற்றினங்கள் அழிந்துவிடும் எனக் கருதப்படுகிறது. வாழிட அழிவு, சூழல், மாசுபாடு மற்றும் வெளிநாட்டு சிற்றினங்கள் நுழைதல் போன்றவையே இதற்குக் காரணங்கள் ஆகும். உயிரின பல்வகைமையினை ஏன் பாதுகாக்க வேண்டும்? உயிரினங்கள் கார்பன், ஆக்சிஜன், நைட்ரஜன் மற்றும் ஹைட்ரஜன் போன்ற மூலகங்கள் உருவாக்கப்பட்டது. இவை நீர், காற்று மற்றும் மண்ணில் காணப்படுகின்றன. தாவரங்கள் அவற்றை பயன்படுத்தி ஆற்றலை உருவாக்குகிறது. இவ்வாற்றல் மனிதனுக்கும், விலங்குகளுக்கும் உணவு சங்கிலி மூலம் பெறப்படுகிறது. இத்தகைய சங்கிலியின் ஒரு பகுதி பாதிக்கப்பட்டால் சுற்றுச் சூழலின் சமநிலை பாதிக்கப்படுகிறது.

இந்தியாவில் காணப்படுகின்ற விலங்கினங்கள் 86874 சிற்றினங்கள் ஆகும். இது உலகில் 7% அளவினைக் கொண்டமைந்துள்ளது. இந்நிலையில் 173 வகை பாலூட்டிகள், 101 வகை பறவைகள், 15 வகை ஊர்வன, 3 வகை நீர்நில வாழ்விகள், 2 வகை மீன் இனங்கள் ஆகியவை, அழிகின்ற ஆபத்தான நிலையிலுள்ளது. இந்தியாவில் பத்து வேறுபட்ட உயிரின புவிமண்டலப் பகுதிகள் இமாலய மலை எல்லை, இமாலயப் பகுதி, பாலைவனம், வறண்டசமவெளிப் பகுதி, மேற்குமலைத்தொடர், கங்கை சமவெளி, தக்காணப் பீடபூமி, கடற்கரைப் பகுதி, வடகிழக்குப் பகுதி, தீவுகள் என பிரிக்கப்பட்டுள்ளது. இப்பகுதியில் காணப்படும் தாவர சிற்றினங்கள் 45000 ஆகும். இவ்வரிய பெருமைமிகு இயற்கை வளங்களைப் பற்றியும் அதனை பாதுகாத்தல் பற்றியும் சிந்தனை செய்தல் அவசியமாகும். ஆண்டுக்கொரு முறை பல்வேறு சுற்றுலாத்தலங்கள் வனச் சரணாலயங்களுக்கு சென்று அங்கும் கொஞ்சம் மிச்சமாயிருக்கும்

இயற்கை அழகை அவசரமாய் அனுபவித்துவிட்டு திரும்புகிறோம். நாம். ஆனால் அழகிய வண்ண மலர்கள், பறவைகள் போன்றவற்றைப் பற்றிய உணர்வை குழந்தைகளுக்கு ஊட்டியிருக்கிறோமா? உயிரியல் இயற்கை பாடத்தை மாணவர்கள் படித்தாலும், தொழிலுக்காக வேலை வாய்ப்புக்காக மட்டும் கல்வி கற்பதை தவிர்த்து உணர்வுபூர்வமான, செயல்பாட்டுடையதாக கல்வி மாறவேண்டும். மரங்களும், உயிரினங்களும் இப்பூவுலகில் நம்முடன் கூட வந்த சகோதரர்களே என்பதை நாமும் உணர்ந்து, அவற்றின் மென்மையினை நேசிக்கவும், பாதுகாக்கவும் கற்றுத்தரலாமே! வாழு! வாழவிடு என்ற தத்துவத்தினை அடிப்படையாகக் கொண்டு விலங்கு, பறவை, தாவர வளப்பாது காப்பினையும் போற்றுதலையும் அனைத்து மதங்களுமே வலியுறுத்தி வந்துள்ளன. பாரம்பரியமாக சுற்றுச்சூழல் பாதுகாப்பு பற்றிய சிந்தனைகள் நம் இந்திய மக்களுக்கு உள்ளதெனினும் நவீன கால தொழில்வளர்ச்சி, நகரமயமாக்கம், மக்கள் தொகைப் பெருக்கம் போன்றவை எதிர்காலத்தில் இந்திய சுற்றுச்சூழலுக்கு பெரும் ஆபத்துகளை உருவாக்கலாம்.

நாட்டின் வளர்ச்சி, தொடர்ந்த நிலைப்பாடுடைய வளர்ச்சியாக, இயற்கை, வனவிலங்கு சரணாலயங்களை பாதிக்காமல் இருப்பது கட்டாயமானது. அரசுத் திட்டங்கள் வனத்துறை மூலம் பல நிறைவேற்றப் பட்டாலும், அனைத்து மக்களுக்கும் மாணவர்களுக்கும், குழந்தைகளுக்கும் இயற்கை விழிப்புணர்வு தேவையென்பது உறுதியாகும். அத்தகைய உறுதியினை நாம் அனைவரும் பின்பற்றி வாழ்ந்தால் இந்நாட்டின் சுற்றுச்சூழல் சிறப்பாகப் பாதுகாக்கப்படும்.

நகரங்களில் வாழும் மனித இனம், இயந்திர கதி வாழ்க்கை சலிப்படைந்து கோடை விடுமுறையிலோ, பண்டிகைக் காலத்திலோ இயற்கை அழகுமிக்க வனப்பகுதி, பூங்கா, ஆறுகள் போன்ற சுற்றுச்சூழலை குடும்பத்துடன், நண்பர்களுடன் நாடிச்சென்று மகிழ்விக்கின்றனர். இத்தகைய பயணங்களின் போது வனவிலங்குகளை, வண்ண வண்ணப் பறவைகளைக் கண்டு ரசிக்கின்றனர். கடந்த ஐம்பதாண்டுகளில் உலகெங்கிலும் 100 மில்லியன் மக்கள் சுற்றுலாத் தொழிலில் ஈடுபட்டு வருகின்றனர். 3500 மில்லியன் டாலர் வர்த்தகமும் நடைபெறுகிறது. எனினும் பொருளாதார முன்னேற்றத்தினை விட சுற்றுச்சூழலில் சுற்றுலா பெரும்பாதிப்புகளை உண்டாக்குகிறது. பல்வேறு வகை உல்லாச பயணிகள் அடிக்கடி இயற்கைச் சூழலை நாடிச் சென்று வந்தாலும் சிலர் அங்கு பொழுதுபோக்கு என்ற பெயரில் பல விரும்பத்தகாத, தடை செய்யப்பட்ட, அத்துமீறிய செயல்களை மேற்கொள்கின்றனர். குறிப்பாக பிளாஸ்டிக் பைகள், உணவுக் குப்பைக்

கழிவுகள், வாகனப்புகை, கண்ணாடி புட்டிகள் போன்றவைகளை வனச் சூழலில் கழிவுகளாக விட்டு வருகின்றனர். இயற்கைச் சூழல் என்பது ஓர் இளம் பெண், பிறந்த குழந்தை போன்ற மாசற்ற நிலையிலுள்ளது. ஆனால் உல்லாசப் பயணிகளில் ஒருசிலர் அதனைக் காயப்படுத்தி, அசிங்கப்படுத்தி அதன் அமைதியினை குலைக்கின்றனர். தாவரங்களை, விலங்குகளை துன்புறுத்துகின்றனர். சிலர் செய்யும் இத்தகைய வரம்பு மீறிய செயல்பாடுகளினால் அப்பகுதி சூழல் சமநிலை பாதிக்கிறது. கடற்கரைகள், மலைச் சாரல்கள், சரணாலயங்கள், தேசிய பூங்காக்கள் போன்ற இடங்கள் இத்தகைய மாசுபாடுகளால் வனப்பகுதிகளின் கவர்ச்சியும், முக்கியத்துவமும் குறைந்து வருகின்றன. கென்யா நாட்டில் மசாய்மாரா வனப்பகுதியில் எண்ணிலடங்காத வாகனப் பயணங்கள், மக்கள் நடமாட்டம் மேற்கொள்ளப்படுவதால் அங்குக் காணப்படுகின்ற அழகிய புல்வெளி அழிந்து வருகிறது என்றால் அய்யமில்லை. இந்தியாவில் இதனைப் போன்ற பல்வேறு சுற்றுச்சூழல் பாதிப்புகள் இமாலய மலைத்தொடர், மேற்கு மலைத்தொடர் பகுதிகளில் நிகழ்ந்த வண்ணம் உள்ளன. 1984-இல் மகாராஷ்டிராவில் உள்ள சஞ்சய் தேசியப் பூங்காவில் 15 லட்சம் சுற்றுலாப் பயணிகள் வருகை புரிந்துள்ளனர். ஒரிசாவில் உள்ள நந்தக் கண்ணன், தேசியப் பூங்கா, கர்நாடகாவில் உள்ள பானர்கட்டா, கேரளாவிலுள்ள பெரியார் சரணாலயம் ஆகியவற்றில் அதிகமான சுற்றுலாப் பயணிகள் ஆண்டுதோறும் வருகின்றனர். 1990-ஆம் ஆண்டு வெளியிடப்பட்ட ஆய்வு முடிவு ஒன்றின்படி இந்தியாவின் 165 சரணாலயங்களிலும் 41 தேசியப் பூங்காக்களிலும் 90% வனப் பகுதிகளில் வனவிலங்குகளின் சுதந்திர நடமாட்டப் பகுதியான வன உள்ளக மையப்பகுதிக்கு மக்கள் (Forest Core Zone) சென்று வருவதால் அச்சுற்றுச்சூழல் பாதிக்கிற நிலை உள்ளதாகத் தெரிவிக்கப் பட்டுள்ளது. சுற்றுலாப் பயணிகள் நடமாட்டம் கூடிய பகுதியினை விட்டு (Tourist Zone) ஆர்வமிகுதியால் அவர்கள் மையப்பகுதிக்கு செல்வது தவிர்க்கப்பட வேண்டும். மக்கள் இயற்கைச் சூழலின் அரிய தன்மை பற்றி அறிந்து அதனை தொந்தரவு செய்யக் கூடாது. உல்லாசமாக பயணிகள் இயற்கைச் சூழலை அனுபவித்து மகிழ்வதில் தவறில்லை. அங்கு தேவையற்ற செயல்களான விலங்குகளை துன்புறுத்தி வேட்டையாடுதல், தேவையற்ற உரத்த ஒலி எழுப்புதல், தாவரங்களை, மரங்களை வெட்டி வீழ்த்துதல், பிளாஸ்டிக் கழிவுகளை வெளியேற்றுதல், புகைப்பிடித்தல், எரித்தல் போன்றவற்றைச் செய்யக்கூடாது. திரைப்படப் படப்பிடிப்பு என்ற நிலையில் அழகிய வெளிப்புறக் காட்சிகளை இயற்கைச் சூழலில் படம்பிடிப்பதில் தவறில்லை. ஆனால் அப்பணி

முடிவடைந்தபிறகு அச்சூழல் மாசுபடும் வகையில் பல பொருட்களை விட்டுவிடுகின்றனர். அதனைத் தவிர்ப்பது நாம் சுற்றுச்சூழலுக்கு செய்யக்கூடிய மிகப் பெரிய நன்மை ஆகும். இயற்கைச் சூழ்நிலைகளில் சுற்றுலாவினால் ஏற்படும் தொந்தரவுப் பிரச்சினைகளை குறைக்கச் செய்து அவற்றின் பாதுகாப்புக்கும், வளர்ச்சிக்கும், உகந்த மேலாண்மை திட்டங்களை செயல்படுத்தப்பட வேண்டும். சுற்றுச்சூழல் நட்புடன் கூடிய சுற்றுலாவினை உல்லாசப் பயணிகள் மேற்கொண்டால் இயற்கையை மகிழ்ச்சியுடன் அனுபவிப்பது மட்டுமின்றி அதனை எதிர்காலத்திற்காக பாதுகாப்பது குறித்து உணர்ந்து செயல்படுவோமா?

29. களவுபோன காடுகளும், காணாமற் போன புலிகளும்!

ராஜஸ்தான் மாநிலம் என்றதும் "பாலைவனம்" நினைவில் வரலாம். ஆனால் சற்றேறக்குறைய 20-ஆம் நூற்றாண்டின் முதற்பகுதியில் அடர்ந்த காடுகளைக் கொண்டிருந்த மாநிலமாக இருந்ததாக தகவல்கள் உள்ளன. கடந்த 150 ஆண்டுகளில், இம்மாநிலத்திலிருந்து சிங்கம், சிறுத்தை, புலி, காட்டுக்கழுதை போன்றவை முழுமையாக அழிந்துவிட்ட நிலை மிகவும் வருந்துதற்குரியது. எனினும் புலிகள் மட்டுமே ராஜஸ்தான் மாநில சுற்றுலா ஈர்ப்புக்கு இதுவரை ஒரு முக்கிய காரணமாகத் திகழ்கிறது என்றால் மிகையில்லை. வெளிநாடுகளிலிருந்து டெல்லிக்கு வரும் உயர் பதவி அலுவலர்கள், அரசு நிர்வாகிகள் விரைவாக இம்மாநிலத்திலுள்ள ராந்தம்பூர் சரணாலயத்திற்கு வருகை தந்து, புலிகளை வனச்சூழலில் கண்டு ரசிக்கின்றனர். சரிஸ்கா என்ற சரணாலயத்தில் மீள்புகுத்தப்பட்ட புலிகளின் எண்ணிக்கை மிகக் குறைவு. 2003ஆம் ஆண்டுவரை 28 புலிகள் மட்டுமே இங்கு உள்ளதாகக் கணக்கிடப்பட்டன.

ஆனால் ராஜஸ்தான் மாநிலத்தில் புலிகள் அதிக எண்ணிக்கையில் வசித்து வந்ததாகவும், அங்கு வாழ்ந்த ராஜபுதன மன்னர்கள் நடத்திய வேட்டையினால் அவை பெருமளவு அழிந்ததாக தகவல்கள் தெரிவிக்கும் ஆவணங்கள் காணப்படுகின்றன. தெற்கு ராஜஸ்தான் பகுதியிலுள்ள ஜலோர் மாவட்டத்தில் சியானா எனப்படும் குக்கிராமத்தின் அருகில், ஒரு நினைவுச்சின்னம் எழுப்பப்பட்டுள்ளது. அது ஜோத்பூர் மகாராஜா தக்கத்சிஸ் மனைவி புலி வேட்டையின் போது இறந்ததற்கான நினைவுச் சின்னமாகும். கோடா என்ற நகரத்திலிருந்து வெளியில் பயணம் செய்கையின் வயல் வெளிகளுக்கு நடுவே புலிகளை மறைந்து தாக்க ஏதுவாக உதவும் வேட்டைக் கூடங்கள் (Shoot Boxes) இந்நாளிலும் காணப்படுகிறது. மவுண்ட் அபு என்ற சுற்றுலாத்தல நகரில் மிக சிறப்பு பெயர் பெற்ற, உண்டு உறைவிட பள்ளி செயின் மேரிஸ் பள்ளி ஆகும். இப்பள்ளியின் அருகில் "புலிப்பாதை" என ஒரு தெருவின் பெயர் சூட்டப்பட்டுள்ளது. "சிரோகி ராஜா" என்ற புகழ் பெயர் கொண்ட ஒரு புலி 1930-ஆம் ஆண்டுகளில் இங்கு நடமாடி பின்னர் வேட்டையாடிக் கொல்லப்பட்டது. அதன் நினைவாக இப்பாதைக்கு பெயர் சூட்டப்பட்டுள்ளது.

மேற்கண்ட பல்வேறு வரலாற்று ஆவணங்களின் அடிப்படையில் புலிகள் வாழ்ந்த ராஜஸ்தானில் தற்பொழுது காடுகளும் புலிகளும் அரிதாகிய நிலை பரிதாபத்திற்குரியது. 1952-ஆம் ஆண்டு ஆரவல்லி மலை தொடர் பகுதியில் வாழ்ந்த புலிகள் சந்த்புரா என்ற சுரங்கப் பகுதியிலும் வசித்துள்ளன. பெரிய அடி மலைப் பகுதியில் நிம்பஜ் குன்றுகளின் அடிவாரத்தில் ரோகுவா கிராமத்தில் கர்ப்பமான பெண் புலி ஒன்று கண்டுபிடிக்கப்பட்டது. 1969-ஆம் ஆண்டு இந்திய அரசு "புலிவேட்டை"க்கு தற்காலிக தடைவிதித்ததனால், நூற்றுக்கணக்கான புலிகள் காப்பாற்றப்பட்டது.

பண்டி காடுகள், கோடா, ஜலாவர், டோங், கிஷ்ன்காட் ஆகிய பகுதியிலுள்ள காடுகள் சவாய் மாதப்பூர் போன்ற காடுகளில் அரசு தடையினால் வேட்டையிலிருந்து தப்பித்து புலிகள் தஞ்சம் அடைந்தன.

மேற்பகுதியில் கும்பள்காட், வடபகுதியில் தோல்பூர், பந்த்பராத்தா, பரத்பூர் ஆகிய பகுதிகளில் 1960-ஆம் ஆண்டுகள் வரை புலிகளின் இனத்தொகை காணப்பட்டன. கிரௌலி மற்றும் ஆல்வர் பகுதிகளிலுடன் புலிகள் காணப்பட்டன. 20-ஆம் நூற்றாண்டின் துவக்கத்தில் பல்வேறு "புலிகள் வேட்டை" பற்றிய தகவல்கள் நாட்குறிப்புகள், உதய்பூர், பந்தி, பிகானிர், டோங், ஜெய்பூர், பரத்பூர் மன்னர்களால் ஆவணப்படுத்தப் பட்டுள்ளன. மேலும் எண்ணிக்கை குறைந்தால் அவற்றை அதிகரிக்க, "மீள் கொணர்வு" முறையில் புலிகள் காடுகளுக்குள் உட்புகுத்தப்பட்ட செய்தி வியப்பாகவே உள்ளது. 1920-ஆம் ஆண்டில் துங்கர்பூர் புலி இனத்தொகை குறைந்ததால், அந்நாட்டின் இளவரசர் மகார்வான் லட்சுமணசிங் புலிகளை மீள்கொணர்வு முறையில் காடுகளுக்குள் புகுத்தினார். 1948-ஆம் ஆண்டு இங்கு 25 புலிகள் காணப்பட்டன. மேலும் புலிகள் குறித்த தகவல்களை (பெயர், வயது, பால், எண்ணிக்கை.) அம்மன்னர் தொகுத்து வைத்திருந்திருந்தார். 1940ஆம் ஆண்டுகளின் இறுதிவரை ராஜஸ்தானில் புலிகள் மறைவுகளுக்கான காரணம் அறியப்படவில்லை. மேவார் நாட்டின் அனைத்து பகுதிகளிலும் புலிகள் காணப்பட்ட தகவல் அதன் வரைபடத்தினை வைத்து சமீபத்தில் அறிவியல் பூர்வமாக அறியப்பட்டது. மேலும் பண்டிபூல் மகால் அரண்மனை பிருதிவி மகால் அரண்மனை தாழ்வாரங்களில் புலிகள் வளர்க்கப்பட்டதாகவும், ஜெய்ப்பூர் ஜலானா காடுகளில் வசித்த புலிகளில் அமைதியான ஒன்றை "சாபுநாத்" என்ற பெயர் இட்டு அழைத்து பெருமைப்படுத்தப்பட்டதாகவும் உள்ள தகவல்கள் வியப்பைத் தருவதாக உள்ளன.

1950-ஆம் ஆண்டுகளில் காலச்சூழல் மாற்றங்கள் காரணமாக வனவிலங்குகள், சாம்பார்மான், காட்டுப்பன்றி, இரலைமான்

ஆகியவற்றால் வயல்வெளிகளில் தானியங்கள் பாதிப்படைந்தன. இவ்வுயிரினங்கள் அழிக்கப்பட்டன. வளர்ச்சித் திட்டங்கள், விவசாயம், அணைக்கட்டுகள், புதிய சுரங்கம் போன்றவற்றால் காடுகள் அழிக்கப் பட்டன. அரசியல் நிர்வாக சூழல் வனவிலங்கு பாதுகாப்புக்கு எதிர்மறையாக இருந்தன என்பதும் உண்மை. வனத்திலிருந்து பொருளாதார வருவாய் மட்டுமே குறிக்கோளாய்த் திகழ்ந்தது. வேட்டைக்கு கட்டணங்கள் வசூலிக்கப்பட்டது. புலிகளின் எண்ணிக்கை குறையத்துவங்கின.

40,000 புலிகள் வசித்த இம்மாநிலத்தில் 2200-ஆகக் குறைந்தது மிக வருத்தமான நிலையாகும். எஞ்சிய புலிகளை காப்பாற்ற அரசுத்துறையும், பொதுமக்களும் ஒத்துழைக்க வேண்டும். இத்தகைய வரலாற்று தகவல்கள் வனத்துறை நூல்கள், ஆவணங்கள், பயணக்கட்டுரைகள் மூலமாக பிரியாசிங் என்ற பெங்கரையைச் சேர்ந்த வனவிலங்கு ஆராய்ச்சியாளர் திரட்டி ஆய்வு செய்துள்ளார்.

தேசிய வனவிலங்கான "இந்தியபுலி" என்ற ஓர் அரிய ஊன் உண்ணி, இந்தியாவின் பெருமை மிகு இயற்கை சின்னம் மட்டுமல்ல, அது இயற்கை வன சுற்றுச்சூழல் உணவுவலையின் மிகமுக்கிய அங்கம் ஆகும் என்பதனை நாம் அறியவேண்டும்! இவற்றைப் பற்றிய தகவல்களை சுற்றுச்சூழல் மன்றம் தேசிய பசுமைப்படை மாணவ - மாணவிகள் அறிய, பள்ளி ஒருங்கிணைப்பாளர்கள் திட்டங்களை மேற்கொள்ளலாம்.

30. தாதுப் பொருள் தேடிச்செல்ல தேசிய விலங்கு வாழிட அழிவா?

நம் நாட்டின் ஆந்திர மாநிலத்தினை, இரண்டாகப் பிரித்து, தெலுங்கானா மாநிலம் 2014-இல் உருவாக்கப்பட்டது. அங்கு, நாகார் ஜுனசாகர் - ஸ்ரீசைலம் புலிக்காடுகளும் இரு மாநிலங்களுக்கும் சமமாகப் பிரிக்கப்பட்டது. தெலுங்கானாவில் ஒரு பகுதி காடுகள் அமராபாத் புலி காடுகள் என புதிய பெயர் சூட்டப்பட்டது. மிக அதிக பரப்புடைய இத்தகைய அடர்த்தியான, இலையுதிர் காடுகளை அங்கு வாழும் "செஞ்சு" மலை வாழ்பழங்குடியினர் நம்பி வாழ்கின்றனர். இக்காடுகள் "யுரேனியம் தாது" எடுக்க அழிக்கப்படும் நிலையில் உள்ளது என்பது வருத்தமான செய்தியாகும்.

சமீபத்தில் இந்திய அரசின் தேசிய வனவிலங்கு காடுகளில், 83-சதுர கி.மீ. பரப்புடைய புலிகள் வாழும் காடுகளில், யுரேனியம் தாது தேடலுக்கான திட்டத்திற்கு ஒப்புதல் தந்துள்ளது. இத்திட்டத்தினையே, ஹைதராபாத், செகந்தராபாத் பகுதிக்கு செல்லும் அடிப்படை குடிநீர் யுரேனிய கழிவுகளால் மாசு ஏற்படும் வாய்ப்புண்டு என அரசு முன்னதாக மறுத்திருந்தது. ஆனால் தற்பொழுது பாதுகாக்கப்பட்ட வனங்களிலிருந்து 10 கி.மீ சுற்றளவினை தாண்டி செயல்படுத்தலாம் என அணுதாதுக்களுக்கான இயக்குநரகத்திற்கு தடை நீக்கப்பட்டுள்ளது. மேலும் யுரேனியம் தாது வளர்ச்சி அடையும் நம் நாட்டிற்கு அவசியமான கனிமம் என்ற கருத்தின் அடிப்படையில் அனுமதி அளிக்கப்பட்டு, காடுகளை அழிக்க திட்டம் உருவாகியுள்ளது.

யுரேனியம் என்ற எதிர் வீச்சு வெளிப்படுத்தும் கன உலோகம் அணுசக்திக்கு அவசிய தேவையானது அதன் மூலம் இந்தியாவின் எதிர்கால ஆற்றல் தேவை நிறைவு செய்ய உதவும். இக்கருத்தினை ஏற்றுக்கொள்ளுதலும் இத்தாது, மக்களின் ஆரோக்கியத்திற்கு நேரடி பாதிப்பினை அளிக்கக்கூடியது. அணுக்கதிர்வீச்சு சுற்றுச்சூழலுக்கு தீமை தரக்கூடியது. குறிப்பாக இக்காடுகளில் வசிக்கும் தேசிய விலங்குகளான புலிகள் மற்றும் "செஞ்சு" பழங்குடியினர் மிக தொன்மையானவர்கள், நல்லமடா காட்டுப்பகுதியில் வசிக்கும் இம்மக்களின் வாழ்க்கை பாதிக்கப்படும். மேலும் கதிர்வீச்சு கனிமங்களால், கிருஷ்ணா ஆற்றின் தன்மையினை கெடுத்துவிட்டு, தொற்று நோய்கள் பரவக்காரணமாகி விடும்.

மேலும் நம் நாட்டின், சூரிய ஆற்றல், காற்று ஆற்றல் போன்ற மாற்று ஆற்றல், மூலங்கள் பற்றிய விழிப்புணர்வு தொடர்ந்து ஏற்படுத்தப்படும் நிலை உருவாகி உள்ளது. இந்நிலையில் நிலக்கரியினை தவிர்த்து காடுகளை பாதுகாத்தலை முக்கிய அம்சமாகக் கருதாமல் நீராதாரங்களை பாதிக்கச் செய்வது "நுனிக்கிளையில் அமர்ந்து அடிக்கிளையினை வெட்டுதல்" போல் ஆகும்!

இயற்கையினால் ஏற்படும் பருவகால மாற்றங்களினால் புவியமைப்பு உருவாகும் பாதிப்புகள் ஒரு புறமிருக்க, வளர்ச்சி திட்டங்கள் என்பதன் அடிப்படையில் யுரேனியம் தாதுவை அகழ்ந்தெடுக்க, தேசிய விலங்கான புலி வசிக்கும் காடுகளை அழிக்க திட்டமிடுவது, மிக வருந்தத்தக்கது. எதிர்கால இந்தியாவின் இயற்கைவளம் பற்றிய விழிப்புணர்வு செயல்பாடுகளுக்கு இவை தடைகளாக மாறும் என்பதில் அய்யமில்லை. இளைஞர்கள், மாணவர்கள், பொதுமக்கள் ஆகியோர் இயற்கை பாதுகாப்பு தொடர்ந்து சிந்தித்து அரசுத் துறைகளுக்கு உரியமுறையில் தெரிவிக்க வேண்டும்.

31. நாட்டு முன்னேற்றமும், மாற்று எரிசக்தி வளமும்

ஒரு நாட்டின் முன்னேற்றம் அந்நாட்டு மக்கள் பயன்படுத்தும் எரிசக்தி ஆற்றலைப் பொருத்தே உள்ளது. ஆனால் நம்நாடு எரிபொருளை இறக்குமதி செய்யவே 30 ஆயிரம் கோடி ரூபாய் செலவழிக்கிறதே! கடந்த 2000-ஆம் ஆண்டில் உருவான எண்ணெய் விலையேற்றம் இன்றும் தொடர்கிறது. சுற்றுச்சூழலில் பெட்ரோலியத்தால் ஏற்பட்ட தீய விளைவுகளை, பெட்ரோலிய வளங்கள் எவ்வளவு நாள் கிடைக்கும்? என்ற கேள்வி போன்றவை நம் மனதில் மாற்று எரிசக்தி பற்றி சிந்திக்க வைத்துள்ளது. மேலும் நம் இந்திய நாடு இத்துறைக் கெனவே ஓர் அமைச்சகத்தை உருவாக்கி பல்வேறு மாற்று எரிபொருள் சக்தியினால் வெற்றிகளைக் கண்டும் வருகிறது.

மாற்று எரிசக்தி என்பது வழக்கமான பெட்ரோல், டீசல், நீர்மின்சாரம் ஆகியவற்றுக்கு பதிலாக சூரியசக்தி, காற்றாலை சக்தி, கடலலை சக்தி, சாண எரிவாயு சக்தி, தாவர எரிசக்தி, சூரியசக்தி, காற்றாலை சக்தி, கடலலை சக்தி போன்றவை மூலமாக ஆற்றலைப் பெறமுடியும்.

இன்று நாட்டின் மொத்த ஆற்றல் உற்பத்தியில் 3 சதவீதம் மாற்று எரிசக்தியிலிருந்தே பெறப்படுகிறது. அதன் அளவு 3000 மெகாவாட். சூரியசக்திமூலம் 47 மெகாவாட் சக்தி உருவாக்கப்படுகிறது. சூரிய ஒளி மின்னாக்கிகளின் சக்தி திறன் 10 வாட் ஆகும். இதன் மூலமாகக் கிடைக்கும் மின்சாரத்தினை வானொலி, அஞ்சலகம், புகைவண்டி, விமானம், செயற்கைக்கோள்கள் போன்றவற்றிற்கு பயன்படுத்த முடியும். அமெரிக்கா, ஜெர்மனி ஆகிய நாடுகளுக்கு அடுத்தபடியாக இந்தியா மட்டுமே காற்று சக்தியிலிருந்து மின்சாரம் அதிகம் தயாரிக்கிறது. நம் திருநெல்வேலி மாவட்டத்தில் ஆரல் வாய்மொழி, முப்பந்தல் ஆகிய ஊர்களின் பொருளாதார முன்னேற்றம் காற்றாடி மின்சார உற்பத்தியால் மேம்பட்டுள்ளது. அம்மாவட்டத்தில் 2500 காற்றாடி மின்னலை உற்பத்தி கோபுரங்கள் உள்ளன. கடலலையிலிருந்து கூட மீன் சக்தியினை எடுப்பதற்காக கேரளாவில் முயற்சி செய்யப்படுகிறது. நம் கடற்கரையின் நீளம் 6000 கி. மீ எனவே இப்பகுதியிலிருந்து 40,000 மெகாவாட் மின்சக்தி எடுக்கலாம் என விஞ்ஞானிகள் கூறுகிறார்கள்.

சாண எரிவாயு மூலம் வீடுகளில் மின்சார விளக்கு, மின்விசிறி அனைத்தையும் இயக்கலாமே! சூரியஒளி மூலமாக தெருவிளக்கு போக்குவரத்து சிக்னல்கள், வீடுகளில் அடுப்புகள், வாட்டர் ஹீட்டர்கள் போன்றவை தயாரிக்கப்படுகிறது. தஞ்சை மாவட்டத்தில் 140 கிராமங்களில் சூரிய ஒளிவிளக்கு அமைக்கப்பட்டுள்ளது. இத்தகைய எரிசக்தி மூலமாக புகை வருதல், கரி பிடித்தல், எளிதில் தீப்பிடித்தல் போன்றவை நிகழாது. அமெரிக்காவின் மேற்கே உள்ள பாலைவனத்தில் உலகின் மிகப்பெரிய சோலார் பேனல் அமைக்கப்பட்டுள்ளது. சர்க்கரை ஆலைக் கழிவுகளிலிருந்து கூட மின்சாரம் தயாரிக்கலாமே! நம் நாட்டில் மேற்கு வங்க மாநிலத்தில் சாகர் ஐலேண்டு பகுதியில் முழுமையாக சூரியசக்தி வீடுகளிலும், தெருக்களிலும் விளக்குகளாகப் பயன்படுகிறது. கழிவுநீரிலிருந்து கூட மீதேன் வாயு எரிசக்தி கிடைக்கிறது. மும்பை காகித ஆலையில் 30 டன் கழிவு சுத்திகரிக்கப்பட்டு 9000 கன மீட்டர் எரிவாயு கிடைக்கிறது தெரியுமா?

இன்றைக்குத் தண்ணீருக்கு ஈடாக பயன்படுத்தப்படும் எரிபொருள், பெட்ரோல், டீசல் ஆகியவையே! ஆனால் காட்டாமணக்கு, புங்கை தாவர எண்ணெயிலிருந்து நெல் உமியிலிருந்தும் எரிபொருள் தயாரிக்கலாம் தெரியுமா? காட்டாமணக்கில் 175 வகை, அதில் 15 நம்நாட்டிலுள்ளது. 1 ஹெக்டேருக்கு 5000 கிலோ விதை! அவற்றிலிருந்து 1500 கிலோ எண்ணெய் கிடைக்கும். 1 லிட்டர் டீசலில் 1 மணி நேரம் ஓடும் மோட்டார் இந்த காட்டாமணக்கு எண்ணெய் பாதிக்குப்பாதி கலந்தால் 2- நிமிடம் கூடுதலாக ஓடுகிறது தெரியுமா? புங்கை எண்ணெயிலிருந்தும் வரும் ஆற்றல் விலை குறைவு! சுற்றுச்சூழலையும் கெடுக்காது. நெல் உமி, தவிட்டு எண்ணெய் 10 லிட்டரிலிருந்து 9 லிட்டர் பயோ டீசல் கிடைக்கும்.

காட்டாமணக்கு எரிபொருள் உருவாக்க நம் தமிழ்நாடு அரசு வனத்துறை அதன் சாகுபடி 4 லட்சம் எக்டரில். செய்ய திட்டமிட்டுள்ளது. டெல்லி முதல் சண்டிகார் வரை செல்லும் ரயிலில் 20% காட்டாமணக்கு எண்ணெயைப் பயன்படுத்தி வெற்றி கிடைத்துள்ளது.

சாண எரிவாயு மாட்டு சாணத்திலிருந்து பெறுவது. அத்தகைய எரிசக்தி எளிமை, சிக்கனம் மட்டுமல்ல, சூழல்கேடு அற்றது. இதிலிருந்து மீதேன் வாயு பெறப்படும். அது அதிக எரிதிறன் கொண்டது. எருவும் கிடைக்கும். ஆனால் உயிரியல் எரிவாயு மூலமாக இன்னமும் பல பயன்பாடுகள் உள்ளது. சீனாவில் இரண்டு கோடி எரிவாயு சாதனங்கள் உள்ளன. கொரியாவில் 27000 அமைப்புகளும், தைவானில் 7500 அமைப்புகளும் உள்ளது. இதற்கு மாட்டுச்சாணம், பழஞ்சாணம், பன்றிக் கழிவு மற்றும் வேளாண் கழிவுகள் தேவையாகும். வட இந்தியாவின்

டேராடூன் நகரின் இந்திய பெட்ரோலிய நிறுவனம் மூலிகைமூலம் எரிபொருள் பற்றியும் ஜோத்பூரில் எருக்கம்பாலிலிருந்து பெட்ரோலில் மூலப்பொருள் உள்ளதா? எனவும் ஆய்வு செய்து வருகின்றனரா?

இவ்வாறு அந்நிய செலாவணி இல்லாத சுற்றுச்சூழல் மாசுபடுத்தாத மாற்று எரிசக்தியினை நம்நாடு தயாரிக்க, பயன்படுத்த மக்கள், மாணவர்கள் விழிப்புணர்வு பெறவேண்டும். ஆய்வுகள் அதிகம் செய்யவேண்டும். தனியார் துறைதான் இதில் தற்பொழுது அதிகம் முதலீடு செய்து வருகிறது. எதிர்காலத்தில் நாம் மாற்று எரிசக்தி வளத்தை முழுமையாக பயன்படுத்துவோம்! நாட்டை முன்னேற்றுவோம்!

32. ஆன்மிகப் பாதையில் அறிவியல் தேடல்!

இன்று என்ன நம்ம தஞ்சாவூர் பெரிய கோவிலை நோக்கி இவ்வளவு மக்கள் கூட்டம்! ஆம். இன்று "பிரதோஷம்" - நந்தி வழிபாடு செய்ய ஆன்மிக அன்பர்கள் தஞ்சாவூர் பிரகதீசுவரர் என்ற பெருவுடையார் கோவிலை நோக்கி செல்லுகின்றனர். உலக அளவில் பெருமை பெற்ற இக்கோவிலின் விமான கோபுரம், நந்தி, சிவபெருமானாகிய லிங்கம் ஆகிய பிரம்மாண்டம் ஒவ்வொரு நாளும் அவற்றைக் காணுகையில் பிரமிப்பு ஏற்படுத்துகிறதே!

அக்கால மனிதர்களின் உடல் ஆரோக்கியம், உடல் திறன், மனத்திறன், அறிவியல் நோக்கு திட்டமிடல், சிற்பக் கலைத்திறன் ஆகியவற்றுக்கு ஆயிரம் ஆண்டுகளாய் நினைவுச் சின்னமாய் நிற்கிறது இத்திருக்கோயில்.

அறிவியலை கிரேக்கமோ, ஐரோப்பியர்களோ, மேலைநாடுகளோ தான் வசப்படுத்தியதாக நம்மில் பலர் தவறாக எண்ணுகின்றனர். ஆனால் பிரகதீசுவரர் திருக்கோயிலை உருவாக்கி தஞ்சைத் தரணியினை உலகப் புகழ்பெறச் செய்தது முதலாம் இராசராச சோழ மன்னன். அம்மன்னனின் 19ஆவது ஆட்சியாண்டில் துவங்கி 25ஆம் ஆட்சியாண்டில் அறிவியல் அடிப்படையிலேயே இக்கோயில் கட்டி முடிக்கப் பெற்றது.

இந்தப் பெருவுடையார் பிரகதீசுவரர் ஆலயம், பாறைகள் மலைகளே இல்லாத மருதநிலப்பகுதியில் எவ்வாறு கருங்கற்களால் உருவாக்கப்பட்டது என்பதனை அறியும்போது நமது மூதாதையரின் அறிவியல் ஞானம் வெளிப்படுகிறது. தஞ்சாவூரின் மேற்குப் பகுதியிலிருந்து (திருச்சி) மட்டுமே கருங்கற்களைக் கொண்டு வந்திருக்க இயலும்.

ஏறத்தாழ 130,000 டன் கருங்கற்கள் 50 மைல் தொலைவுக்கப்பால் இக் கோயில் கட்டுமானத்திற்குக் கொண்டு வரப்பட்டதாகத் தகவல் உள்ளது. 1000 யானைகள், 5000 குதிரைகள் கொண்டு, இவை எடுத்துவரப்பட்டதாகவும் தெரிகிறது.

இந்நிலையில், விலங்குகளைப் பராமரித்து அவற்றின் ஆற்றலோடு மனித ஆற்றலை இணைத்து கட்டடக் கலையின் பிரமிப்பை உருவாக்கிய நிலை அறிவியல் திறன் அன்றி வேறென்னவாக இருக்க முடியும்?

தஞ்சாவூர் பெருவுடையார் திருக்கோயிலை ஒட்டி பல்வேறு சுரங்கப் பாதைகள், ஏறத்தாழ 100 பாதைகள் அரச குடும்பங்களின் உறுப்பினர்கள், முனிவர்கள் போக்குவரத்திற்கு பயன்பட்டதாகத் தெரிகிறது? எவ்வித ராட்சத இயந்திரங்கள் கண்டுபிடிக்காத காலத்தில், இப்பாதைகளை உருவாக்கிய ஆட்சியாளர்களின் பொறியியல் திறன் எத்தகைய விந்தைக்குரியது!

81 டன் எடை கொண்ட, விமான கோபுரத்தின் உச்சியில் உள்ள "கும்பம்" உருவாக்கப்பட கருங்கல் எவ்வாறு மேலே 216 அடி உயரத்தில் கொண்டு சென்றிருக்கப்பட்டிருக்கலாம்.

கோயில் விமானம் எடுக்கையில் கோயிலைச் சுற்றி மண்மேடு அமைத்து கற்களை மேலே கொண்டு சென்றனர் என்றும், பின்னர் அம்மண்மேடு அகற்றப்பட்டதாகத் தெரிகிறது. மேலும் கழிகளால் சாரம் அமைத்ததாகவும், விசயநகர கால ஓவியம் மூலம் தெரிகிறது. 216அடி உயர விமான கோபுரம், அதன் உச்சியில் 80 டன் எடையுள்ள கும்பம், கர்ப்பக் கிரகத்தின் மேற்புறம் விமானப்பகுதி திறந்தவெளியாக உள்ள (Hallow structure) நிலை போன்றவை அக்கால மனிதர்களின் கட்டடக் கலை அறிவியல் நோக்கினை வெளிப்படுத்துகிறது.

216 அடி உயரமுள்ள கோயிலின் அடித்தள ஆழம் எவ்வளவு இருக்க முடியும். மிகக் குறைந்த ஆழத்தில் கற்பாறை மீது நேரடியாக இத்திருக்கோயிலின் மேற்பகுதி மிக வலிமையாக அமைக்கப்பட்டுள்ளது.

கட்டட வல்லமை பொருந்திய அக்கால மக்களின் அறிவியல் திறனைக் கண்டு வியக்காமல் நம்மால் இருக்க முடியாது.

இக்கோயிலில் அமைக்கப்பட்டுள்ள முதற்கடவுளான பிரகதீசுவரர் என்ற பெருவுடையார் சிவலிங்க வடிவில் 20 டன் எடை கொண்ட கருங்கல் 7-ஆம் உயரத்துடன் அமைக்கப்பட்டுள்ளது. கர்ப்பக் கிரகத்தில் அமைந்துள்ள இச்சிவலிங்கத்தின் மேற்பகுதியில் "மின்காந்த ஆற்றல்" உள்ளதாக ஆய்வாளர்களால் அறியப்பட்டுள்ளது.

கர்ப்பக்கிரகம் அல்லது உண்ணாழிகை என்ற பகுதியின் மேல் உட் திருச்சுற்று உள்ளது. இப் பகுதியினை அடைய இடைநாழி என்ற தெற்குப் பக்க படிக்கட்டின் வழியே செல்ல வேண்டும்.

இங்குப் பல கடவுளர்களின் பைரவர், ஆலமர் செல்வன், நடன மங்கை போன்ற ஓவியங்கள் சிறப்பாக இன்றும் அமைந்துள்ளது. சோழர் கால ஓவியர் திறமைக்கு இவை அனைத்தும் எடுத்துக்காட்டுகள் ஆகும்.

சிற்பக் கலைக்காக, பல்வேறு பகுதிகளிலிருந்து கொண்டு வரப்பட்ட பாறைகளை உடைக்க அவர்கள் பயன்படுத்திய முறை அறிவியல் முறை ஒத்தது ஆகும். பாறைகளில் குறுக்கும், நெடுக்குமாக

துளைகள் இடப்பட்டு, அவற்றின் உட்பகுதியில் மரக்குச்சிகளை நட்டு வந்துள்ளனர். பின்னர் அவற்றில் நீர் ஊற்றி வந்தனர். சில வாரம் கழித்து தாமாக பாறைகள் உடைந்திருக்கின்றன.

கோயிலின் விமானத்தில் காணப்படும் நடன சிற்பங்களில் பரத நாட்டியத்தின் 108 கரணங்கள் நாட்டிய சாஸ்திர அடிப்படையில் அமைக்கப்பட்டுள்ளன.

தற்பொழுதும் பல்வேறு சிறப்புகளைப் பெற்ற சிற்பக்கலைகளின் உறைவிடமான தஞ்சாவூர் கோவில் அறிவியல் கோட்பாடுகளின் அடிப்படையில் சிற்பக்கலை, கட்டடக்கலை, நடனக்கலை, ஓவிய வண்ணங்கள் போன்றவை அறிவியல் திறன் அடிப்படையில் உருவாக்கப்பட்டிருக்கிறது என்றால் மிகையில்லை.

அறிவியல் இல்லாமல் ஆன்மீகமில்லை ஆன்மிக செயல்பாடுகள் பலவற்றில் அறிவியல் செயல் முறைகள், அடிப்படை கருத்துக்களும் உள்ளன.

தற்பொழுது அமைந்துள்ள இக்கோயில் அருகில் முற்காலத்தில் அமைந்த அகழி சீரமைக்கப்பட்டுள்ளது. சிவகங்கை பூங்கா என்ற நீர்நிலை ஏரி அமைந்த சோலை பொதுமக்கள் மனமகிழ் பயனுக்காக செயல்பாட்டில் உள்ளது.

முற்காலத்தில் இருந்த சோழ மன்னர்களின் பல்வேறு செயல்பாடுகள், சமுதாய நோக்கிலும் அறிவியல் தன்மை சிறப்பு வாய்ந்ததாகும். எனவே ஒவ்வொரு ஆன்மீக செயல்பாட்டிலும் அறிவியல் தொலைநோக்கும் பார்வை பொதிந்துள்ளதை நன்கு உணரலாம்.

33. உலகச் சுற்றுச்சூழலின் தற்போதைய நிலை ஒரு பார்வை

ஐக்கிய அமெரிக்க நாடுகளின் முன்னாள் ஜனாதிபதி பராக் ஒபாமா, தம் பதவிக்காலத்தின் நிறைவு நாட்களில் எடுத்த சிறப்பான முக்கிய முடிவுகளில் ஒன்று, ஆர்டிக் அட்லாண்டிக் கடற்கரை பகுதியில் எண்ணெய் துரப்பண பணிகளுக்கு புதிய அனுமதி ஆணைகளை, மறுத்தது ஆகும். கனடா நாட்டின் பிரதமரும் இத்தகைய தீர்மானத்தினை எடுத்த, உலகின் மிகச்சிறந்த அதிமுக்கிய இயற்கைச் சூழலை காப்பாற்ற ஓர் அடி எடுத்து வைத்தார் என்பது உண்மை!

பருவகால மாற்றம், சில குறிப்பிட்ட விளைவுகளை ஆஸ்திரேலியா நாட்டின் கடற்கரை, சமவெளிப்பகுதிகளில் உருவாக்கியுள்ளது. வாழிட அழிவு, பவளப்பாறைகள் அழிதல், உயிர் சிற்றின எண்ணிக்கை குறைதல், அழிதல் போன்ற பாதிப்புகள் நீரின் வெப்பநிலை உயர்ந்ததால் ஏற்பட்டுள்ளன. இயற்கை சூழல்களில் உண்டாகிய பாதிப்புகள், சமூக, பொருளாதார பிரச்சினைகள் மக்களிடையே உருவாக்கும். இந்நிலையினை உணர்ந்த, ஆஸ்திரேலிய ஆற்றல் மற்றும் சுற்றுச்சூழல் அமைச்சர் ஜோசப் பிரைடன் பெர்க் "ஆஸ்திரேலிய நாடு" ஒருங்கிணைந்த தீவிரமான நெடுங்கால பயன்தரக்கூடிய சில திட்டங்களை சூழலில் செயல்படுத்த இயலாவிடில், நாம் பாரம்பரியமாக அனுபவித்து வரும் தரமான வாழ்க்கையினை எதிர்கால தலைமுறைக்கு அளிக்க இயலாமல் போகலாம்" என்கிறார்.

நகரமயமாக்கலினாலும், பருவகால மாற்றத்தினாலும், நேபாள நாட்டின் (இமாலயமலைத் தொடர்பகுதி) மேல் மஸ்டாங் பகுதி, தொடர்ந்த உணவு பாதுகாப்பின்மை, பருவகால மாற்ற பாதிப்பு களினால் மக்கள் துன்பப்படுகின்றனர். மாமிசத்தை குறைவாகப் பயன்படுத்துதல், பயிர் உற்பத்திக்குறைவு மக்களை நேரடியாகப் பாதிப்பதால் உணவுகளை தேவைக்கதிகமாக, முன்னரே சேமிக்கும் நிலை உருவாகியுள்ளது.

இந்திய வானிலை சமீபத்தில் மும்பை, இக்கோடை காலத்தில், 40 சென்டிகிரேடு வெப்பதட்பத்தினை உணர வாய்ப்புள்ளதாகவும், வடகொங்கன் பகுதியில் சராசரியாக ஏப்ரல் 2017 மாதத்தில் 0.72

செண்டிகிரேடு வெப்பத்தினை வெப்ப உயர்வு காணப்படலாம். இவ்வாண்டு பிப்ரவரி மாதத்தில் இரண்டாம் வாரத்தில், 36 செண்டிகிரேடு 38 செண்டிகிரேடு வெப்ப உயர்வினை மும்பை மாநகரம் சந்தித்துள்ளது.

மேற்கு அண்டார்டிகா பகுதியில் மிகப்பெரிய பகுதி (கலிபோர்னியாவினைப் போல் இரு மடங்கு) “எல்நினோ” பருவகால விளைவினால் உருகத்தொடங்கிவிட்டதாக தகவல்கள் வெளியாகி உள்ளது.

அதிக மக்கள் தொகையும், பருவகால மாற்றங்களும் ஆப்பிரிக்கா விலுள்ள 11 நாடுகளின் 400 மில்லியன் மக்களை பயமுறுத்தியுள்ளது. இம்மக்கள் அனைவருமே, நைல் நதியினை வாழ்வாதாரமாக நம்பியுள்ளனர். பூமி வெப்பமயமாதல் நைல்நதியினை பாதிக்கின்ற நிலை நைல் நதியில், வெள்ளம், வறட்சி, மாறி மாறி ஏற்படும் சூழலில் பல ஆண்டுகளாக தவறான நீர், அணைக்கட்டு மேலாண்மை மூலம் எத்தியோப்பியாவில் புத்துயிர் அணைக்கட்டு ஒன்று உருவாக்கப்பட்டு, நைல்நதியில் 2050 ஆம் ஆண்டு நைல் நதிக்கரை பகுதி மக்கள் தொகை இரு மடங்காகிப் போகிஉள்ள நிலையில், நைல்நதி பயன்பாடு பற்றிய தகவல்கள் கவலையளிக்கின்றன.

உலக வெப்பமயமாதல், நம் பெருங்கடல் பகுதியில் ஏற்படுத்தி வரக்கூடிய பாதிப்புகள் மிக அதிகமாகும். ஐக்கிய அமெரிக்க புவி ஆய்வு செய்தன. ஏராளமான பவளப்பாறைகளை அழித்து, மடல் மண் அரிப்பை ஏற்படுத்தியுள்ளன. இதனால் கடற்பகுதி மக்கள், பெரும்புயல் வெள்ளத்தினை எதிர்காலத்தில் சந்திக்க வாய்ப்புள்ளது

பாரிஸ் சுற்றுச்சூழல் மாநாட்டு ஒப்பந்தமும் இந்தியாவின் நிலையும்

பாரிஸ் நகரத்தில் நடைபெற்ற பன்னாட்டு சுற்றுச்சூழல் மாநாட்டு ஒப்பந்தத்தின்படி, 05.11.16 முதல் பங்கேற்ற நாடுகள் உலகில் கரியமில வாயு உமிழ்தலை குறைக்க திட்டங்கள் தீட்டப்பட முயன்று வருகின்றன. இதற்கான நிதியளித்தலும், தொழில் நுணுக்க உதவிகளும், வளர்ச்சியடைந்த ஐரோப்பிய நாடுகள், வளரும் நாடுகளுக்கு தருவதற்கு முடிவெடுத்துள்ளன. அவற்றை 2018-இல் ஆய்வு செய்து மேம்படுத்தவும் முடிவெடுத்துள்ளன.

இந்தியாவும் மிகப்பெரிய அளவில், மாற்று புதுப்பிக்கும் ஆற்றல் வளம் உருவாக்கும் திட்டத்தினை நிறைவேற்ற உள்ளது. தேசிய சூரிய ஆற்றல் (100 ஜிகாவாட் உற்பத்தி மூலம்) 2022-ஆம் ஆண்டில், தன்னிறைவு பெற தீர்மானித்துள்ளது. அதற்கேற்றாற்போல், சூரிய ஆற்றல் கட்டணம் (ரூ. 2.44/கி.வா) குறைக்கப்பட்டுள்ளது. காற்றாற்றலில்

உற்பத்தியில் உலகில் 4-வது இடம் வகிக்கிறது. 14 ஜிகாவாட் மின்சார உற்பத்தியில் தரும் 14 நிலக்கரி மின்சார நிலையங்கள் மூடப்படுகிறது. மின்சார கார்களுக்கு வரிகுறைப்பும், சாதாரண பெட்ரோல், டீசல், எரிபொருளுக்கு அதிக மின்சார சேமகலன் (பாட்டரி) கார் உற்பத்தி அதிகரிக்க திட்டமிடப்பட்டுள்ளது.

2017, ஏப்ரல் 21ஆம் நாள், இங்கிலாந்து நாடு, ஒரு முழு நாள் "நிலக்கரி தவிர்ப்பு நாள்" ஆக மின்சார உற்பத்தியில் தடை ஏற்படுத்தியது தொழிற்புரட்சி துவங்கிய காலத்திலிருந்து இந்நாள் வரை நிகழ்த்தப்படாத, நிலக்கரி உற்பத்தி 24 மணி நேரம் நிறுத்தப்பட்டது.

அமேசான் காடுகள் பகுதியில் நீர் மின்சாரத்திற்காக 428 அணைகள் கட்டப்படுதலால் அக்காடுகள் பாதிக்கலாம்.

இத்தகைய உலக சுற்றுச்சூழல் பாதிப்புகள் பற்றிய செய்திகள் மட்டுமின்றி உயிரின பல்வகைமையின் பாதிப்புகள் உண்மைகள் அதிசயங்கள் போன்றவற்றை நம் தேசிய பசுமைப்படை சுற்றுச்சூழல் மன்ற மாணவர், மாணவிகள் தெரிந்துகொள்ள வேண்டும். அதற்குரிய திட்டங்களை பள்ளிகளில் தேசியப்பசுமைப்படை ஆசிரிய ஒருங்கிணைப்பாளர் மேற்கொள்ளலாம்.

அழிகின்ற நீர் நிலவாழ்வினம்(அ) தவளையினம் அழிகின்ற நிலையிலுள்ள பன்றி மூக்கு, தவளை, "கைட்ரிடியோமைகோசிஸ்" என்ற பூஞ்சை காளானால் பாதிக்கப்பட்டது. 1997ஆம் ஆண்டே பனாமியன் தங்க தவளை இதனால் அழிந்துவிட்டது.

ஒட்டகச்சிவிங்கி இனத்தொகை குறைகின்றதே!

உலகின் மிக உயரமான விலங்கான ஒட்டகச்சிவிங்கி கடந்த 30 ஆண்டுகளில் 40 சதவீத இனத்தொகை குறைந்துவிட்டதாக, பன்னாட்டு இயற்கை பாதுகாப்பு குழுமம் (IUCN) அறிவித்துள்ளது. வாழிட அழிவு, வேட்டை, மக்களின் அறியாமை போன்ற காரணிகளால், ஆப்ரிக்காவில் 1985ஆம் ஆண்டில், 1, 55,00 எண்ணிக்கையில் காணப்பட்ட ஒட்டகச்சிவிங்கி விலங்குகள் 2015-ஆம் ஆண்டில் 97,000 குறைந்து விட்டது. யானை விலங்குகளுக்கான பாதுகாப்பில் கவனம் கொண்ட அரசுத்துறைகள் ஒட்டகச்சிவிங்கி போன்ற அரிய இனங்களை காப்பாற்ற திட்டங்களை தீட்ட அக்கறை கொள்ளவேண்டும்.

வரகுக்கோழி வாழவழிகோல்கிறோம்!

இந்தியாவில் உள்ள வன விலங்கு ஆய்வுமையம், ராஜஸ்தான் மாநிலத்தில் உள்ள பத்து இடங்களில் இந்திய வரகுக்கோழி (Great Indian Bustard) ஆய்வு, இனப்பெருக்க மையங்களை துவக்க உள்ளன.

ஜெய்சால்மர், ஆஜ்மிரில் உள்ள சொங்காலியா, (சூருதல் சாப்பர்) ஆகிய இடங்கள் தேர்வு செய்யப்பட்டு ராஜஸ்தான் மாநிலபறவை அழிவிலிருந்து காப்பாற்றப்பட அரசு எடுத்த நல்ல முயற்சிகள் பாராட்டுக்குரியது.

புலிகள் அழிகின்றனவே

சமீபத்திய மத்திய சுற்றுச்சூழல் வன மற்றும் பருவகால மாற்றம் அமைச்சகம் வெளியிட்டுள்ள அறிக்கைப்படி, மத்தியப் பிரதேசம் மற்றும் கர்நாடகா மாநிலங்களில் புலிகளின் இறப்பு அதிகரித்துள்ளன. இதற்கு முக்கிய காரணம் "விலங்கு கடத்தல்" ஆகும் எனவும் தெரிவிக்கப் பட்டுள்ளது.

கிழக்கே போகும் பறவை

தமிழ்நாட்டின் கிழக்கு மலைத்தொடரின் முக்கிய மலைபகுதிகளில் பறவையினங்கள் அதிகமாகக் காணப்படுகின்றன. வேலூர்-ஏலகிரி-திருவண்ணாமலை ஜவாதுமலை, விழுப்புரம் அருகிலுள்ள செஞ்சி, கிருஷ்ணகிரி - மேலகிரி, தருமபுரியிலுள்ள சித்தேரி, ஹோகேனக்கல், ஈரோடு அருகில் தாமரைக்கரை, கிருஷ்ணம்பாளையம், சத்யமங்கலம், சேலம் - அஸ்தம்பட்டி, சன்யாசிமலை, கரடு, வனியர் அணைக்கட்டு, நாமக்கல் அருகில் கொல்லிமலை, திருச்சி அருகில் பச்சைமலைப் பகுதி போன்ற இடங்கள் பறவைகளைக் காண சிறப்பிடங்களாகும்.

சுற்றுச்சூழல் மன்றமாணவர்கள், விலங்கு, பறவைகள் பற்றியும் அறிய ஆசிரியர்கள் உரிய ஏற்பாடுகளை பல்வேறு நூல்கள், தகவல்மையங்கள் மூலம் மேற்கொள்ள வேண்டும்.

34. வனங்களைப் பாதுகாக்க நவீன நங்கைகள்

வனங்கள் எனும் காடுகள் பற்றிப் பேசுவதையும், உணர்வதையும், பாதுகாத்தல் பற்றி சிந்திப்பதும் மிக முக்கியமான சூழல் செயல்பாடு ஆகும். எனினும் வன விலங்குகளை புகைப்படமெடுத்தல், வனவிலங்கு ஆய்வுகள், இந்திய வனத்துறை பணி அலுவலர்கள் போன்றவற்றில் மகளிரின் பங்கு நெடுங்காலமாகக் குறைவாக உள்ளது.

எனினும், அத்தகைய மகளிரின் பணிகளும், அவர்களின் செயல்பாடுகளும் சமூகத்திற்கு அறியப்படாத நிலையும் உளளது. "புலியினை முறத்தால் புறமுதுகிட்டு ஓடச் செய்த" தமிழ்ப் பெண்கள் அக்காலத்தில் வசித்ததாக வரலாற்று செய்திகள் அறிந்துள்ளோம்.

நமது நாட்டில் இந்திய வனவிலங்கு பாதுகாப்பு சட்டத்தினை 1972-ஆம் ஆண்டில் உருவாக்கியது முன்னாள் பாரதப் பிரதமர் திருமதி. இந்திராகாந்தி அவர்கள் ஆகும். ஆனால் காடுகளுக்குள் சென்று வனவிலங்குகளை நேரில் கண்டு அவற்றின் செயல்பாடுகளை ஆய்வு செய்யும் துணிச்சல், மனதிடம் ஒருசில பெண்களுக்கு இருந்துள்ளது என்றால் வியப்பே ஆகும். கேரள வனங்களில் ஜே. விஜயா என்பவர் ஊர்வன உயிரினங்களை ஆய்வு செய்த மங்கை ஆவார். தனியொருத்தியாக "கேள் ஆமைகள்" வாழ்க்கை அறிய முற்பட்ட இவர் குகைகளில் பல மாதங்கள் தனியாக வசித்து வந்தது ஆச்சரியமான செய்தி ஆகும். பிரியாதேவிதார், உஷா லச்சுங்கப்பா ஆகிய இருவரும் 1970களில் பறவைகளை ஆய்வு செய்தவர்கள் ஆவர்.

கசாலா சாகபுதீன் என்ற முகமதிய பெண் சூழலியல் ஆய்வாளர் தம் குடும்பத்தினர் நண்பர்கள் போன்ற பலரின் எதிர்ப்புக்களுக்கிடையில் வனவிலங்கியல் துறையில் ஆர்வம் கொண்டவராக விளங்கினார். வித்யா ஆத்ரேயா என்ற பெண் மகாராஷ்டிராவில் சிறுத்தை புலிகளை ஆய்வு செய்தார்.

ஆரத்தி ராவ் என்ற பெண் வனவிலங்கு புகைப்பட நிபுணர் தம் கணவர், குடும்பத்தாரின் புரிதலுடன், சாதனை செய்துள்ளார்.

அனிந்த்யாசின்கா மற்றும் அவரது மனைவி சுகோலி மகோபாத்யாயா, குழந்தைகளுடன் பந்திபூர் காடுகளில் சென்று குல்லாக் குரங்குகளை ஆய்வு செய்துள்ளார்.

பல வனவிலங்கு பாதுகாப்பு சேவை நிறுவனங்களின் தலைவிகளாக முன்னெடுத்து செல்வதில், பிநெர்னா சிங்பிந்த்ரா என்ற இயற்கை அறிஞர், சாய்விடேகர், பெலின்டா ஆகியோரும் சுனிதா நாராயணன் போன்ற பெண்கள் முறையே தேசிய வனவிலங்கு வாரியம், முதலை பாதுகாப்பு டிரஸ்ட் மற்றும் இந்திய வனவிலங்கு பாதுகாப்பு சங்கம், சுற்றுச்சூழல் அறிவியல் மையம் செயல்பட முக்கிய உந்துதல் ஆக உள்ளனர்.

சோனாலிகோஷ் என்ற வனத்துறை பெண் அலுவலர் காசிரங்கா, மனாஸ் சரணாலயங்களில் அஸ்ஸாம் மாநிலத்தில் பணியாற்றிய போது துறையிலும், வனமக்களும் தன் பங்களிப்பினை விரும்பியதாகக் கூறுகிறார். உத்தரகாண்ட் பகுதியில் இந்திய வனப்பணி (IFS) புரியும் நேகாவர்மா என்பவர் பொறியியலில் அடிப்படையாகப் பட்டம் பெற்றாலும், தொலையுணர்வு (Remote sensing) அறிவியல் மூலமாக வனவிலங்கு இனத்தொகை அறிவதில் ஆய்வு செய்தவர்.

திருமதி. அர்ச்சனா பாலி என்ற பெண் வனவிலங்கு அறிவியலை விரும்பிப் படித்து கர்நாடகாவில் காபி தோட்டங்களும் பாலூட்டி உயிரின பாதுகாப்பும் பற்றி பத்ரா சரணாலயத்தில் களப்பணி ஆய்வு செய்தார். "மேற்கு மலைத்தொடர் பகுதியில் பாலூட்டிகள் மற்றும் வண்ணத்துப் பூச்சி பாதுகாப்பில் காபி தோட்டங்களின்" பங்கு பற்றி முனைவர் பட்ட சிறப்பு ஆய்வுகள் செய்த அவர் புற்று நோயால் தம் இளவயதில் (36) இறந்து போன நிலை இயற்கை மீது நமக்கு சற்று சினத்தினை ஏற்படுத்தியுள்ளது.

டாக்டர் அபராஜிதா தத்தா என்ற பெண் அறிவியலறிஞர், இயற்கை பாதுகாப்பு நிறுவனம் மூலமாக 1995 முதல் அருணாசலப் பிரதேசத்தில் கொம்பு மூக்கன் (அ) இருவாட்சி (Hornbill) என்ற பறவைகளையும் காடுகளில் மனிததாக்கம் பற்றியும் ஆய்வு செய்கிறார்.

ஸ்ரேயா யாதவ் என்ற பெண் மைசூர் இயற்கை, பாதுகாப்பு நிறுவனம் சேர்ந்தவர், லட்சத்தீவு கடற்பகுதியில் பவளப் பாறைகள் பற்றி ஆய்வு செய்கிறார். பெண்களில் பலர் வன அறிவியலாளராக இருப்பினும், அவர்களில் பலர் பெருநகர வாழ்க்கைப் பின்னணி கொண்டவராக இருப்பின் அவர்களின் செயல்பாடு விவாதத்திற்கு உள்ளாகாமல் இருக்க வாய்ப்புள்ளது.

ஆனால் சிறு நகரங்களிலிருந்து வெளியில் வர எண்ணுகின்ற மகளிர் இயற்கை ஆர்வலர்கள் தமது குடும்பம் தொடங்கி, சமுதாயம், அலுவலகம் என பல்வேறு தளங்களில் சவால்களை சந்திக்க வேண்டிய

நிலை உள்ளது. வனங்களுக்குள் தனியாக செல்கையில், விலங்குகளை எதிர்கொள்ளும், உடற்திறன், மனத்திறன் அவர்களுக்கு இருந்தாலும், சமூக விரோதிகள், தீவிரவாதிகளால் பாலியல் தொந்தரவு ஏற்பட வாய்ப்புள்ளது. மேலும் இத்தகைய பணிகள் தொடர்ந்து சுமுகமாகவும், பிரச்சினையில்லாமலும் இருக்காது. களத்தில் அவர்கள் சந்திக்கிற சிறு சிறு பிரச்சினைகள் ஆராய்ச்சியிலிருந்து அவர்களை வெளியேற கட்டாயப்படுத்தும் சூழ்நிலை உண்டாகலாம். சில பெண்கள் தாய்மையுறுவதற்கு கூட தயங்கி இத்துறையில் வெற்றிபெறாமல் குழந்தை பிறப்பினை தவிர்க்கலாம். ஆனால் கபேரிகார் குப்தா என்ற பெண்மணி தன் பெண்குழந்தையுடன் களக்காடு முண்டந்துறை காடுகளில் குரங்கின ஆய்வுக்கு சென்றார் என்பது குறிப்பிடத்தக்கது.

பெண்கள், குறிப்பாக மலைக் கிராமங்களில் வாழும், வனத்தினையே வாழ்வாதாரமாக நம்பியுள்ள மகளிர் பெரும் பாலோனோர் இந்தியா முழுவதும் வனப்பாதுகாப்பில் மிக அதிக பங்கினை ஆற்றியுள்ளனர். 1973ஆம் ஆண்டில் காட்பால் இமாலய பகுதியில், சிப்கோ இயக்கத்தின் மூலமாக ஆயிரக்கணக்கான மரங்களை அப்பகுதிப் பெண்கள் பாதுகாத்தனர். பினா அகர்வால் என்ற ஆய்வாளர் குஜராத், நேபாளம் பகுதிகளில் ஆய்வு செய்து வந்தார். அவர் “வனப் பகுதிகளில் பெண்களின் கூட்டு இயக்கங்கள் மூலமாக பாதுகாப்பினை செவ்வனே செய்ய இயலும்” எனக் கூறுகிறார்.

அறிவியல் வளர்ச்சியால், அற்புதமான வாழ்க்கை, மாநகர, நகர, கிராமப் பகுதிகளில் கிடைக்கின்ற நிலையில், சுயவிருப்பம், ஆர்வத்துடன் வனங்களை பாதுகாத்தல், புகைப்படம் பிடித்தல், கள ஆய்வு செய்தல் போன்ற பணிகளை விரும்பும் மகளிருக்கு நமது நாட்டில் மேலும் அதிக ஆதரவு பெருக வேண்டும். பால் வேற்றுமை, சமூக மூடநம்பிக்கைகள், தேவையற்ற அச்சம் போன்றவற்றை தடைகளை உடைத்தெறியவும், நமது மகளிருக்கு குடும்பங்களிலும், அரசு மூலமாகவும் வனப்பாதுகாப்பு உணர்வினை முழுமையாக செயல்படுத்த ஊக்கம் தர நாம் அனைவரும் சிந்திப்போம்!

35. குப்பைகளை மதிப்போம்!

மனித வாழ்வில் ஆற்றலைப் பெருக்க உணவு தேவை, உணவு உருவாக்க, தாவரங்கள், விலங்குகள் மூலம் பல்வேறு செயல்பாடுகள் நடைபெற்றாலும் ஆற்றலைப் பயன்படுத்திய பின் கழிவாக உடலில் இருந்து வெளியேறுகிறது. வெளியேற்றும் கழிவுகள் மக்குவதும், கார்பன் - டை - ஆக்ஸைடு வாயுவினை தாவரங்கள் உணவாக மாற்றலும் இயற்கையே. ஆனால் உணவு, அன்றாட வாழ்க்கை உடைகள், தொடர்பு கருவிகள் போன்றவற்றில் மாற்றங்கள் அறிவியல் தொழில்நுட்பத்தால், தொழிற்சாலை பெருக்கத்தால் செயற்கை சாதனங்கள் பெருகிவிட்டன. இச்சாதனங்கள் மூலமாக மனித வாழ்க்கை எளிதாக மாறிவிட்டது. ஆனால் இச்சாதனங்கள், பழுதடைந்தாலும், பழமையடைந்ததும் இவை கவனிப்பாரற்று வீடுகளில், நகரங்களில், சாலைகளில் ஆங்காங்கே குவியலாகக் கிடந்து குப்பையாக மாறிவிடுகிறது. அன்றாட கழிவுகளை வெளியேற்ற நம்மில் பலருக்கு எண்ணமில்லை. குப்பைகளை உருவாக்கும் நம் நவீன வாழ்க்கைமுறை, கலாச்சாரம், உணவு பழக்க வழக்கங்கள் போன்றவை அவற்றை மக்கச் செய்வது அல்லது மறுசுழற்சி செய்வது பற்றி சிந்திக்கவோ அதனை சீர் செய்யவோ பற்றிய செயல்பாடுகளைத் தொடரவில்லை என்பதுதான் உண்மை. குப்பை என்றதுமே நகரங்களிலிருந்து வெளியேறும் முக்கிய கழிவு என்பது நம் நினைவுக்கு வரலாம்! ஒவ்வொரு மனிதனும் தன் வாழ்வில் கிராமத்து மக்களைவிட இரண்டு அல்லது மூன்று மடங்கு அதிகமாக குப்பை உற்பத்தி செய்கிறான் தெரியுமா! தொழிற்சாலைக் கழிவுகள் நகர, மாநகரப் பகுதிகளின் மிகப் பெரிய பிரச்சினை! இந்தியாவின் சுதந்திரத்திற்குப் பிறகு நமது நாட்டில் நகரங்களின் உருவாக்கம். 1951ஆம் ஆண்டில் 17. 3% ஆக இருந்த நிலை 25. 7% 1991ஆம் ஆண்டில் உயர்ந்து, 2001ஆம் ஆண்டில் 27. 8% ஆகிவிட்டது. நகரங்கள் பெருகியமையால், குப்பைகளின் ஆதிக்கம் அதிகமாகிவிட்டது.

நகரத் திடக்கழிவு காகிதம், பிளாஸ்டிக், துணி, உலோகம், கண்ணாடி, அங்ககப்பொருள், கட்டட இடிபாட்டுப் பொருட்கள், தூசி போன்ற பல்வேறு பொருட்கள் கலந்த கலவையாகும். வீடுகள், கடைகள், காய்கறி கடைகள், சாலைத்தூய்மை, கட்டட உருவாக்கம் போன்றவற்றால் இவை உற்பத்தியாகின்றது. நகராட்சி நிர்வாகம் நம் நாட்டில் இத்தகைய கழிவு அகற்றி, நகரங்களை தூய்மையாக வைத்திருக்க வேண்டிய கடமை உண்டு, எனினும், மிக மோசமான

அறிவியலற்ற திறனற்ற முறைகளை இன்னமும் திடக்கழிவு மேலாண்மையில் அவை மேற்கொள்கின்றன.

நம் இந்தியத் திருநாட்டில் நகராட்சிக் கழிவுகள் அதிகபட்சம், உயிரிய சிதைவுக்குள்ளவற்றை கொண்டுள்ளது. சாம்பல், சாலை தூசி போன்றவையும், மறுசுழற்சி செய்யக்கூடிய கழிவும் மிகக் குறைவாகவே இருக்கின்றன. மத்திய அரசின் மாசு கட்டுப்பாட்டு வாரியத்தின் 2005ஆம் ஆண்டு அறிக்கையின்படி, இந்தியாவில் 59 மாநகரங்களில் எடுத்த திடக்கழிவு மேலாண்மை கணக்கெடுப்பின்படி அதிகப்பட்சம் 73% உரமாகக்கூடிய பொருளையே குப்பைகளில் காணப்படுகிறது. 37% மட்டுமே மறுசுழற்சி செய்யக்கூடிய பொருட்கள் உள்ளதாக அறியப்படுகிறது.

ஆனால், மக்கள்தொகை அதிகரிக்கும் வேளையில் 1982 - 90ஆம் ஆண்டில் இருந்த கழிவுகளில் இருந்த உரமாக்கும் கழிவுகள் 2005ஆம் ஆண்டில் உயர்ந்துள்ளது. அதே சமயம் மறு சுழற்சி செய்யக்கூடிய கழிவுகள், இருபது ஆண்டுகளில் இருமடங்காகப் பெருகியநிலை அதிர்ச்சியளிக்கிறது. குறிப்பாக பெங்களூர் மாநகரத்தில் 1982-90ஆம் ஆண்டில் 2. 70% இருந்த மறுசுழற்சி குப்பை 2005இல் 22 . 43% ஆக அதிகரித்து மாறியது. சென்னையில் 6% சதவீத மறுசுழற்சி குப்பை 16% ஆக 2005இல் மாறியது. 2005இல் மும்பை, டெல்லி, கல்கத்தா, லக்னோ, அகமதாபாத், கான்பூர் ஆகிய நகரங்களிலும் இதே மோசமான நிலை தொடர்ந்துள்ளது.

நமது நாட்டின் நகர திடக்கழிவுகளில் 45%, 50% சதவீதம் ஈரப்பதம் உள்ளதெனினும், மந்தப்பொருள் மணல், கற்கள் போன்றவற்றின் பிரச்சினையால், திடக்கழிவு மேலாண்மைகருவிகள் பாதிக்கப்படுகின்றன. மேலும் கழிவுகளின் ஆற்றல் மதிப்பு மாறுபாட்டால் கழிவுகளை மீன்சுழற்சி செய்யும் முறைகளை தேர்வு செய்வதில் தயக்கம் நிலவுகிறது. எனினும் அதிக ஈரப்பதம், குறைவான ஆற்றல் (கலோரிமதிப்பு) உள்ளதால், உயிர்வேதியியல் மாற்ற முறையில் மக்கச் செய்து ஆற்றலை உற்பத்தி செய்ய முயற்சி செய்யப்படுகிறது. எனினும், இத்தகைய உயிர்சிதைவு உரம் உருவாக்க மைய முறைகளின் செயல்பாடு திருப்திகரமாக இல்லை, ஏனெனில் அதிக செலவு செய்ய வேண்டிய நிலையில் குப்பைகளைப் பிரித்தெடுத்தலுக்கும், உரமாக்குதலுக்கும் அமைகின்ற சூழல் உள்ளது.

கட்டட இடிபாடும் கழிவுகளின் நிலையும் மிக வருத்தத்திற்குரியது. சிறிதளவு கூட இதனை வகைப்படுத்தி பிரித்தெடுக்க இயலாமல் போகின்ற சூழல் மீள் சுழற்சி செய்ய முடியாத கழிவுகளாகின்ற நிலை

உள்ளது. நமது நாட்டில் ஆண்டிற்கு 13 . 8 மில்லியன் டன் இடிபாட்டுக் கழிவுகள் உற்பத்தியாகிறது. பள்ளமான நிலங்களை நிரப்ப இவற்றை பயன்படுத்த முடியுமெனினும், பூதாகர அளவு இத்தகைய கழிவு மேலாண்மையில் தொய்வு ஏற்படுகின்றது.

நகரக்கழிவுகளின் மிகப் பெரிய அச்சுறுத்தும் பிரச்சினை நெகிழி - பிளாஸ்டிக் கழிவுகளேயாகும். நம் நாட்டில் 2006ஆம் ஆண்டில் 4 மில்லியன் மெட்ரிக் டன் பயன்பாட்டில் இருந்த நிலை 2010இல் 12 மில்லியன் மெட்ரிக் டன் அளவுக்கு மேல் உயர்ந்து உள்ளது. இதில் 70% க்கு மேல், மீள்சுழற்சி செய்யக்கூடியன. பாலிதீன் பொருட்கள் பெரும்பாலும் பேக்கிங் என்ற பொருட்பாதுகாப்புக்காகவும், எடுத்து செல்வதற்கும் பயன்படும் பொருளாகவே உள்ளன. மேலும் முறையாக இப்பிளாஸ்டிக் வெளியேற்றாத காரணம், பாலி எத்திலீன் டெராப்தலேட் என்ற மக்காத வேதிப்பொருளால் உருவான குடுவைகள், பைகள் போன்றவை மிக அதிகமாக 10 மடங்கு அளவில் 2030ஆம் ஆண்டில் பெருகிவிடும் அபாயம் உள்ளது. இத்தகைய நிலையில், பிளாஸ்டிக் மறுசுழற்சி செய்யும் திட்டம் விரிவுபடுத்த வேண்டிய அவசர கட்டாயத் தேவை உள்ளது.

தொழிற்சாலைக் கழிவுகள்

தொழிலகக் கழிவுகள் பெரும்பாலும் தனியான அல்லது கூட்டுக் கலவையாக இயற்பியல் வேதி தோற்றங்களில் மாறுபட்டுக் காணப்படக் கூடியன. உணவு பதப்படுத்துதல், கழிவு, அமில காரம், உலோகசக்தி சுரங்க கழிவுகளான மேல்மண், அழுக்கு, பாறைகள், வேதிக்கழிவுகள் போன்றவை அடங்கும். கடந்த 30 ஆண்டுகளில் விரைவான தொழில் மயமாக்கம், குறிப்பாக உரம், பூச்சி மருந்துகள், மனித மருந்துகள், துணிசாயம், வர்ணபூச்சுகள், தோல் பதப்படுத்துதல் போன்ற தொழிலகங்களிலிருந்து தீமைதரும் கழிவுகள் அதிகம் வெளியேறுகின்றன. கன உலோகங்கள், சயனைடுகள், பூச்சிக்கொல்லி மருந்துகள், அரோமேடிக் கூட்டுப் பொருட்கள், வேதிப்பொருட்கள் ஆகிய மாசுக்கழிவுகள் மனித இனம் மட்டுமல்லாது மற்ற உயிரினங்களான, தாவர விலங்குகளையும் பாதிக்கின்றன. எரித்தல், அரித்தல், வெடித்தல், நச்சுத்தன்மை போன்ற கடுமையான பண்புகளை வேதிக் கழிவுகள் பெற்றுள்ளன.

மருத்துவக்கழிவுகள்

மருத்துவம் மற்றும் சுகாதாரப் பாதுகாப்பு கழிவுகள் மருத்துவமனை, சுகாதார ஆய்வு மையங்கள், மருத்துவ கல்லூரிகளின் ஆய்வு மையங்கள், மருத்துவ தொழிற்சாலைகள், மருந்துகடைகள் ஆகியவற்றிலிருந்து வெளியேறுகின்றன.

இதில் உடற்கூறு மற்றும் தொற்றுநோய்களை பரப்பும் திசுக்கழிவுகள் 15% மற்ற வேதிப்பொருட்கள் 3% சிறு கருவிகள் 1% அணுக்கதிர்கழிவு, கனஉலோகம் போன்றவையும் 1% காணப்படுகிறது. எனினும் 80% கழிவுகள் பொது தொற்றுநோய் பரவாத கழிவுகளாகும்.

கழிவுகளின் உற்பத்தி சேகரிப்பு, அழித்தல் மேலாண்மை

இந்திய நகரங்களில் 1947 ஆம் ஆண்டு நாடு சுதந்திரம் பெற்றபோது 6 மெட்ரிக் டன்னாக இருந்த நிலை மாறி 1997 ஆம ஆண்டு 48 மெட்ரிக் டன் ஆகி 2006 ஆம் ஆண்டில் 69 மெட்ரிக் டன் ஆகிவிட்டது. இத்தகைய கழிவுகளை புவியின் 6 அடிக்குக் கீழே அழுத்தி புதைக்க 20500 கால்பந்து மைதானங்கள் அளவு நிலம் தேவைப்படுகிறது.

இவ்வாறு குப்பைகளை பல்வேறு சிறு பகுதிகளாகப் பிரித்து வீட்டுக்கழிவு, தொழிற்சாலைக்கழிவு, மருத்துவமனைக் கழிவு, நகராட்சிக் கழிவு என அவற்றின் தன்மைகளும், அவற்றால் உருவாகும் பின் விளைவுகளும் வேறுபட்டவை. கழிவுகள் மட்டும் கழிவுகளாயிருப்பின், நகர கழிவுகள் மற்றும் வீட்டுக் கழிவுகளில் அவற்றைப் பிரித்து உரிய செயல்பாடுகளை தொடரலாம்.

மட்காத கழிவுகள் அதிகம் உள்ள நிலை ஏற்படின் அவற்றை உரிய மீள் மறுசுழற்சி செய்ய இயலும். மருத்துவமனை மற்றும் தொழிற்சாலைக் கழிவுகள், ஆபத்தான தீங்கு தரக்கூடிய பொருட்களை கொண்டுள்ளவை யாகும். மட்காத கழிவுகளை மின்னணுக் கழிவுகளை மறுசுழற்சி மட்டுமே செய்ய இயலும்.

குப்பை, கழிவுகள் என்றாலே இயல்பாக விலகி ஓடும் மனித மனங்கள் அவற்றை அகற்ற குறிப்பிட்ட ஏழை, மக்களை எதிர்பார்த்தலும், குப்பைகளை எங்கு வேண்டுமானாலும் மனித நடமாட்டமற்ற பகுதியில் வெளியேற்றலை பழக்கமான நடத்தையாகக் கொண்டுள்ளோம். இத்தவற்றை தவறாகவும் நாம் உணர்ந்ததாகத் தெரியவில்லை. அறிவியல் தொழில்நுட்பம் மூலமாக பல்வேறு திடக்கழிவு மேலாண்மை செயல்படுத்த திட்டங்கள் இருப்பினும் நமது பொருளாதார நிலையில் ஏற்படும் விரும்பத்தகாத மாற்றங்கள் அவற்றைத் தொய்வடையச் செய்கின்றன என்பது உண்மையாகும். மக்கள்தொகைப் பெருக்கத்தினால், வறுமை, வாழ்க்கை முறை மாற்றம் போன்ற தொடர் நிகழ்ச்சிகளால் குப்பைகள் ஊர்கள் முழுவதும் மலைகளாகக் குவிந்து கிடப்பது நம் கண்களில் தெரிகிறது. எல்லாக் குப்பைப் பிரச்சினைகளுக்கும் அரசுத் துறைகளை நம்பி, அவற்றின் குறைவான மனித ஆற்றல் மீது குறைகளை, குற்றங்களை சுமத்தி நம் சமுதாயம் தப்பித்துக்கொள்கிறது என்பதில் மிகையில்லை. மேலும்

நாமே நோய்களை வரவழைக்கும் குப்பைகளை வீட்டில் அதிகரிக்கச் செய்கிறோம் என்பதை நாம் உணருவது அவசியமாகும். குழந்தைக்கு குப்பைகள் பற்றிய விழிப்புணர்வு, குறைத்தல் அகற்றுதல் பற்றி நெறிகளைக் கற்பித்தல் அவசியமாகும். கும்பிட மட்டும் உயரும் கரங்களை குனிந்து குப்பைகளை அகற்ற விழிப்புணர்வு ஏற்படுத்துவோம். நெகிழிகளாலான தூக்குப்பைகளை தூர எறிவதை தவிர்த்து முறையாக மீண்டும் பயன்படுத்துவோம். வீடுகளில் காய்கறிக் கழிவுகளை உரமாக்கி, பயிர்கள் வளர்க்க முயலுவோம்.

கழிவுகள் என்பதை வெறுக்காமலும், தவிர்க்காமலும் முறையாக அகற்றும் வழக்கத்தினை மேற்கொண்டால், தூய்மை பாரதம் மலருவதில் தடையொன்றுமிருக்காது. அறிவார்ந்த திடக்கழிவு மேலாண்மை செயல்பாடுகளை முறையாகப் புரிந்துகொள்வோம். தொடர்ந்து உரிய திறனைப் பெற்று நல்நோக்குள்ள மனப்பாங்கைப் பெற்று பயன்படுத்துவோம்.